AF519546

INSIGHT PUBLICA ®

Nadakkavu, Kozhikode, Kerala
www.insightpublica.com
e-mail: insightpublica@gmail.com
Prajothippikkunna Jeevithangal
(Malayalam)
TK Nasreena
First Edition: July 2016
This Edition: November 2021

ISBN 978-93-5517-166-5

പ്രചോദിപ്പിക്കുന്ന ജീവിതങ്ങൾ

ടി കെ നസ്റീന

INSIGHT PUBLICA ®

തലശ്ശേരി സ്വദേശിനി. നടമ്മൽ ഉസ്മാന്റെയും തൈക്കണ്ടി ബീവിയുടെയും മകൾ. തഅലീമുൽ അവാം എൽപി സ്കൂൾ, തലശ്ശേരി ഗവ. ഗേൾസ് ഹൈസ്കൂൾ, കോഓപ്പറേറ്റീവ് വനിതാ കോളജ് എന്നിവിടങ്ങളിൽ പഠനം.

ടി കെ നസ്റീന

ഉള്ളടക്കം

തോമസ് ആൽവാ എഡിസൺ

ഇന്ന് രാത്രിയിൽ ഇരുട്ടില്ല. ഇന്ന് കാണുന്ന വിധത്തിൽ രാത്രിയിൽ വെളിച്ചം നിറച്ചതിന്റെ മുഖ്യപങ്ക് വഹിച്ചത് തോമസ് ആൽവാ എഡിസൻ ആയിരുന്നു. ഇക്കാര്യത്തിൽ എന്തായിരുന്നു എഡിസന്റെ സംഭാവന? ഇലക്ട്രിക് ബൾബ് കണ്ടുപിടിച്ചത് ആയിരുന്നില്ല. പക്ഷെ എളുപ്പം കെട്ടുപോകാത്ത ബൾബ് കണ്ടുപിടിച്ചത് എഡിസനായിരുന്നു. മൂവായിരത്തിലധികം ഫിലമെന്റുകളാണ് അദ്ദേഹം ടെസ്റ്റു ചെയ്തത്. എന്നാൽ ഇക്കാര്യം അദ്ദേഹത്തിന്റെ 1093 കണ്ടുപിടുത്തങ്ങളിൽ ഒന്നുമാത്രമേ ആകുന്നുള്ളൂ. ശാസ്ത്രജ്ഞൻ എന്നാണ് പലരും അദ്ദേഹത്തെ പറ്റി പറയുക. എന്നാൽ കണ്ടുപിടുത്തക്കാരൻ എന്ന വാക്കാണ് അദ്ദേഹത്തിന് കൂടുതൽ ചേരുക. തീർച്ചയായും കണ്ടുപിടുത്തങ്ങൾ നടത്തുന്നതിന് ശാസ്ത്രം അദ്ദേഹത്തിന് വഴികാട്ടിയായിരുന്നി

ട്ടുണ്ട്. അദ്ദേഹത്തിന്റെ കണ്ടുപിടുത്തങ്ങൾ ശാസ്ത്രത്തിനും വഴി കാട്ടിയായിരുന്നിട്ടുണ്ട്.

അമേരിക്കയിലെ ഓഹിയോ സംസ്ഥാനത്തെ മിലനിൽ സാമുവൽ എഡിസന്റെയും നാൻസിയുടെയും മകനായി 1847 ഫെബ്രുവരി 11ന് അദ്ദേഹം ജനിച്ചു. എഡിഡന് ഏഴ് വയസ്സായപ്പോൾ മിഷിഗണിലെ പോർട്ട് ഹ്യുറോണിലേക്ക് അദ്ദേഹത്തിന്റെ കുടുംബം മാറി. പതിനാറാം വയസ്സുവരെ എഡിസൻ അവിടെ ജീവിച്ചു. സ്കൂളിൽ ഏതാനും മാസങ്ങളേ അദ്ദേഹം പഠിച്ചുള്ളൂ. എഴുതാനും വായിക്കാനും കണക്കുകൂട്ടാനും എഡിസനെ പഠിപ്പിച്ചത് അമ്മയായിരുന്നു. ഓരോ പുതിയകാര്യത്തെയും കുറിച്ച് അറിയാൻ ഒടുങ്ങാത്ത ആഗ്രഹമായിരുന്നു അക്കാലത്തേ എഡിസന്. അമ്മ പഠിപ്പിച്ചതിലേറെ എഡിസൻ വായിച്ചറിഞ്ഞു. സ്വയം അറിഞ്ഞ്, പരിശ്രമിച്ച് എല്ലാം നേടാമെന്നുള്ള ഈ ശീലം പിന്നീട് ജീവിതത്തിലങ്ങോളമിങ്ങോളം എഡിസൻ തുടർന്നു. അക്കാലത്തുള്ള മറ്റ് ആൺകുട്ടികളെ പോലെ വളരെ ചെറിയപ്രായത്തിൽ തന്നെ എഡിസൻ ജോലി ചെയ്യാൻ തുടങ്ങി. പോർട്ട് ഹൂറണിൽ ഒരു റയിൽവേ നാട്ടുകാരുടെ ഏറെക്കാലത്തെ ഒരു സ്വപ്നമായിരുന്നു. ആ സ്വപ്നം പൂവണിഞ്ഞത് 1859ലായിരുന്നു. പോർട്ട് ഹൂറണിനെയും ഡെട്രോയിറ്റ് എന്ന തിരക്കേറിയ നഗരത്തെയും

കൂട്ടിയോജിപ്പിച്ചായിരുന്നു തീവണ്ടിയാത്ര. അന്ന് എഡിസണിനു 12 വയസ്സ്. റെയിൽവേ വരുന്ന വാർത്ത എഡിസണിനെ വളരെയധികം സന്തോഷിപ്പിച്ചു. എന്തെങ്കിലും കച്ചവടം ചെയ്ത് പണം ഉണ്ടാക്കാമല്ലോ. ആ പണം കൊണ്ട് പരീക്ഷണശാലയിലേക്ക് കുറച്ച് സാധനങ്ങളും വാങ്ങാം. കുറച്ചുപണം വീട്ടിലും കൊടുക്കാം ഇതായിരുന്നു ആ 12കാരന്റെ ചിന്ത. അങ്ങനെ എഡിസൺ പത്രവിൽപനക്കാരനായി റെയിൽവേ സ്റ്റേഷനിൽ ജോലിക്കാരനായി. ഒഴിവുസമയം ശാസ്ത്രസാങ്കേതിക പുസ്തകങ്ങൾ വായിക്കാനാണ് എഡിസൻ ചെലവഴിച്ചത്.

അന്നത്തെ പ്രധാന ആശയവിനിമയ ഉപാധിയായിരുന്ന ടെലിഗ്രാഫ് ഉപയോഗിക്കുന്നത് എങ്ങനെയാണെന്ന് എഡിസൻ വായിച്ചും കണ്ടും അറിഞ്ഞു. പതിനാറ് വയസ്സാവുമ്പോഴേക്ക് തന്നെ മറ്റുള്ളവരുടെ സഹായമില്ലാതെ ടെലഗ്രാഫ് ഓപ്പറേറ്റ് ചെയ്യുന്ന ഒരു ഫുൾടൈം ജോലിക്കാരനായി എഡിസൻ മാറിയിരുന്നു. വിവരവിപ്ലവത്തിലേക്കുള്ള ആദ്യപടിയായിരുന്നു ടെലിഗ്രാഫ് അഥവാ കമ്പി വഴിയുള്ള വിവരം കൈമാറൽ. പത്തൊമ്പതാം നൂറ്റാണ്ടിന്റെ ആദ്യപകുതിയിൽ ടെലിഗ്രാഫ് ഒരു വ്യവസായം എന്ന നിലയിൽ വളരെയധികം പുരോഗതി പ്രാപിച്ചു. എഡിഡനെ പോലെ പുതിയ കാര്യങ്ങൾ അറിയാനും ഉണ്ടാക്കാനും താൽപര്യമുള്ള ഒരാൾക്ക് യാത്രചെയ്യാനും സ്ഥലങ്ങൾ കാണാനും പ്രവൃത്തിപരിചയം കൂട്ടാനും ധാരാളം അവസരങ്ങൾ ഉണ്ടായി. അമേരിക്കയിലെ ഒരുപാട് നഗരങ്ങളിൽ എഡിസൻ ജോലി ചെയ്തു. ഇരുപത്തിയൊന്നാം വയസ്സിൽ, 1868 എഡിസൻ ബോസ്റ്റണിലെത്തി. അവിടെ നിന്നാണ് ടെലിഗ്രാഫ് ഓപ്പറേറ്ററായിരുന്ന

എഡിസനു് പുതിയകാര്യങ്ങൾ കണ്ടുപിടിക്കാനുള്ള ആഗ്രഹം കലശലാവുന്നത്. കണ്ടുപിടുത്തത്തിനുള്ള തന്റെ ആദ്യത്തെ പേറ്റന്റ് നേടുന്നത് എഡിസൻ ഇവിടെ വെച്ചാണ്. അമേരിക്കൻ കോൺഗ്രസ് പോലുള്ള പാർലമെന്ററി സമിതികളിൽ വോട്ടിംഗും എണ്ണവും എളുപ്പമാക്കുന്നതിനുദ്ദേശിച്ചുള്ള ഈ കണ്ടുപിടുത്തത്തിന് നല്ല സാമ്പത്തികലാഭമുണ്ടാക്കാനായില്ല. ജനങ്ങൾക്ക് ശരിക്കും ആവശ്യമുള്ള, അവർ മതിയായ പണം ചെലവിട്ട് വാങ്ങുമെന്ന് ഉറപ്പുള്ള കാര്യങ്ങളേ ഉണ്ടാക്കുകയുള്ളൂവെന്ന് എഡിസൻ തീരുമാനിച്ചു.

1869ൽ, ഇരുപത്തിരണ്ടാം വയസ്സിൽ എഡിസൻ ന്യൂയോർക്കിലേക്ക് മാറി. ടെലഗ്രാഫുമായി ബന്ധപ്പെട്ട കണ്ടുപിടുത്തങ്ങളിൽ തന്നെ മുഴുകി. സ്റ്റോക്ക് ടിക്കർ എന്നപേരിൽ നിലവിലുണ്ടായിരുന്ന ഓഹരിവിപണിസൂചിക എഡിസൻ മെച്ചപ്പെടുത്തി. യൂണിവേഴ്സൽ സ്റ്റോക്ക്ടിക്കർ എന്നായിരുന്നു എഡിസന്റെ മെച്ചപ്പെട്ട ഉപകരണത്തിന്റെ പേര്. ഈ കണ്ടുപിടുത്തവും അതിനോടനുബന്ധിച്ച മറ്റുചില കണ്ടുപിടുത്തങ്ങളും കാരണം എഡിസൻ 40,000 ഡോളർ സമ്പാദിച്ചു. 1871ൽ ന്യൂജെഴ്സിയിലെ നെവാർക്കിൽ ഒരു ചെറിയ ലബോറട്ടറിയും ഒരു ചെറിയ ഫാക്ടറിയും

സ്ഥാപിക്കാൻ ഈ പണം കൊണ്ട് എഡിസന് കഴിഞ്ഞു. പിന്നീടുള്ള അഞ്ചുവർഷങ്ങളിൽ ടെലിഗ്രാഫിന്റെ വേഗതയും കാര്യക്ഷമതയും വർധിപ്പിക്കാനുള്ള നിരവധി ഉപകരണങ്ങൾ കണ്ടുപിടിക്കാനും ഉൽപാദിപ്പിക്കാനും എഡിസന് കഴിഞ്ഞു. ഇതിനിടയിൽ മേരി സ്റ്റിൽവെൽ എന്ന യുവതിയെ വിവാഹം ചെയ്ത് എഡിസൻ കുടുംബജീവിതവും ആരംഭിച്ചു. 1876ൽ എഡിസൺ നെവാർക്കിലെ തന്റെ ഫാക്ടറി വിറ്റ് കുടുംബത്തെയും കൂടെയുള്ള ജോലിക്കാരെയും കൂട്ടി ന്യൂയോർക്ക് നഗരത്തിൽ നിന്ന് 25മൈൽ തെക്കുവടക്കുള്ള മെൻലോ പാർക്ക് എന്ന കൊച്ചുഗ്രാമത്തിൽ പാർക്കാൻ ആരംഭിച്ചു. ഏത് കണ്ടുപിടുത്തത്തിനും ഉപയോഗിക്കാവുന്ന എല്ലാവിധ ഉപകരണങ്ങളും ഉള്ള ഒരു സ്ഥാപനം തുടങ്ങി. ഗവേഷണത്തിനും ഉൽപന്നങ്ങൾ വികസിപ്പിച്ചെടുക്കാനുമായുള്ള ഇത്തരത്തിലുള്ള ഒരു സംവിധാനം ലോകത്തിൽ തന്നെ ആദ്യമായിരുന്നു. ബെൽ ലബോറട്ടറീസ് പോലുള്ള വൻകിട സംവിധാനങ്ങൾക്ക് മാതൃകയായത് ഈ സംവിധാനമായിരുന്നു. ഒരുപക്ഷെ എഡിസന്റെ ഏറ്റവും വലിയ കണ്ടുപിടുത്തം ഈ ലബോറട്ടറിയാണ്. ഈ ലബോറട്ടറിയിൽ വെച്ചാണ് എഡിസൺ ലോകത്തെ മാറ്റാൻ ആരംഭിച്ചത്. മെൻലോ പാർക്കിൽ വെച്ച് എഡിഡൻ കണ്ടുപിടിച്ച പ്രധാനപ്പെട്ട സംഗതി ടിൻ ഫോയിൽ ഫോണോഗ്രാഫ് ആയിരുന്നു. ശബ്ദത്തെ രേഖപ്പെടുത്തുകയും പിന്നീട് കേൾപ്പിക്കുകയും ചെയ്യുന്ന ആ ഉപകരണം ഒരു ആഗോളപ്രതിഭാസം ആയിരുന്നു. എഡിസൻ ലോകമെങ്ങും അറിയപ്പെട്ടു. ടിൻ ഫോയിൽ ഫോണോഗ്രാഫുമായി അമേരിക്കയെങ്ങും എഡിസൻ സഞ്ചരിച്ചു. അന്നത്തെ അമേരിക്കൻ പ്രസിഡണ്ടായിരുന്ന റുതർഫോർഡ് ബി ഹേയ്സിന് ഇതിന്റെ പ്രവർത്തനം കാട്ടാനായി 1878 ഏപ്രിലിൽ എഡിസൻ

വൈറ്റ്ഹൌസിലുമെത്തി. തന്റെ ജീവിതത്തിലെ ഏറ്റവും വലിയ വെല്ലുവിളിയായ ഇലക്ട്രിക് ബൾബിന്റെ കാര്യത്തിലേക്കാണ് എഡിസന്റെ ശ്രദ്ധതിരിഞ്ഞത്. ഇലക്ട്രിക് ബൾബിന്റെ ആശയം അന്നേക്ക് പുതിയതായിരുന്നില്ല. ഒരുപാട് പേർ അതിനായി തല പുകച്ചിരുന്നു അതിനകം. എന്നിട്ടും വീടുകളിലെ ഉപയോഗത്തിനു ഏതെങ്കിലും വിധത്തിൽ ഉപയോഗപ്രദമായ ഒരു ബൾബ് ഉണ്ടായിരുന്നില്ല. എഡിസന്റെ ഏറ്റവും പ്രധാനപ്പെട്ട സംഭാവന എന്നു പറയുന്നത്, പ്രായോഗികവും സുരക്ഷിതവും ചെലവുകുറഞ്ഞതുമായി ഒരു ബൾബ് സൃഷ്ടിച്ചു എന്നുള്ളതാണ്.

മൂവായിരത്തിലേറെ വിവിധതരം ഫിലമെന്റുകൾ മാറിമാറി ഉപയോഗിച്ച് പരിശോധിച്ചശേഷമാണ് ഒന്നരവർഷത്തിനുശേഷം എഡിസൺ വിജയം രുചിക്കുന്നത്. കാർബണൈസ് ചെയ്ത ഒരു തുന്നൽ നൂൽ കൊണ്ടുണ്ടാക്കിയ ഫിലമെന്റ് ഉപയോഗിച്ചുണ്ടാക്കിയ ഒരു ബൾബ് പതിമൂന്നര മണിക്കൂർ കത്തി. പൊതുജനങ്ങൾക്കായി 1879 ഡിസംബറിൽ മെൻലോ പാർക്ക് ലബോറട്ടറി കെട്ടിടസമുച്ചയം മുഴുവൻ വെളിച്ചത്തിൽ കുളിച്ച് പ്രകാശിപ്പിക്കപ്പെട്ടു. തുടർന്നുള്ള ഏതാനും വർഷങ്ങളും വൈദ്യുതിയുടെ വ്യാവസായിക ഉപയോഗം സംബന്ധിച്ച മേഖലയിൽ എഡിസൻ മുഴുകി. ലോവർ മൻഹാട്ടനിലെ പേൾസ്ട്രീറ്റിൽ 1882 സെപ്റ്റംബറിൽ ലോകത്തിലെ വ്യാവസായികാടിസ്ഥാനത്തിലുള്ള ആദ്യത്തെ പവർസ്റ്റേഷൻ നിലവിൽ വന്നു. ഒരു ചതുരശ്രമൈൽ ചുറ്റളവിലുള്ള ജനങ്ങൾക്കുള്ള വൈദ്യുതി ഈ കേന്ദ്രത്തിൽ നിന്ന് നൽകി. അങ്ങനെ വൈദ്യുതിയുടെ കാലം തുടങ്ങി. വൈദ്യുതി ലോകമെങ്ങും വ്യാപിച്ചതോടെ ഇലക്ട്രിക് ബൾബിന്റെ പേരിൽ ലോകമെങ്ങും എഡിസന്റെ പ്രശസ്തി പരന്നു. സമ്പത്തും വർധിച്ചു. വൈദ്യുതി മേഖലയിൽ ഒരുപാട് കമ്പനികൾ എഡിസൻ നടത്തിയിരുന്നു. അവയൊക്കെ ലാഭത്തിലുമായിരുന്നു. 1889ൽ ആ കമ്പനികളെയൊക്കെ കൂട്ടിച്ചേർത്ത് എഡിസൻ ജനറൽ ഇലക്ട്രിക് രൂപീകരിച്ചു. കമ്പനിയുടെ പേരിൽ എഡിസന്റെ പേര് ഉണ്ടായിരുന്നെങ്കിലും അദ്ദേഹം ഒരിക്കലും ആ കമ്പനിയെ നിയന്ത്രിച്ചിട്ടില്ല. വാഹന രാജാവ് ഹെന്റി ഫോർഡുമായി അടുത്ത ബന്ധം പുലർത്തിയിരുന്ന എഡിസൻ അദ്ദേഹത്തിന് വേണ്ടി പല പ്രൊജക്റ്റ്കളും ഏറ്റെടുത്ത് നടത്തി.

ഒന്നാം ലോകയുദ്ധ സമയത്ത് നാവിക ബോർഡിന്റെ തലവനാവാൻ അമേരിക്കൻ ഗവണ്മെന്റ് പല തവണ എഡിസണിനെ ക്ഷണിച്ചു. അക്രമത്തോടുള്ള അസഹിഷ്ണുത കാരണം ആ ക്ഷണത്തോട് അദ്ദേഹം പ്രതികരിച്ചത് പ്രതിരോധത്തിനു മാത്രം ആയുധമെടുക്കുകയാണെങ്കിൽ സഹകരിക്കാം എന്നാണ്. പിന്നീട് എഡിസൺ പറയുന്നുണ്ട് 'ഞാൻ കൊല്ലാനുള്ള ആയുധങ്ങൾ കണ്ടുപിടിച്ചിട്ടില്ല എന്നതിൽ ഞാൻ അഭിമാനിക്കുന്നു'. ഡയബറ്റിസ് സംബന്ധിയായ അസുഖങ്ങൾ ബാധിച്ച് 1931 ഓഗസ്റ്റ് 18 ന് തോമസ് എഡിസൻ അന്തരിച്ചു. ന്യൂ ജേർസിയിലുള്ള വീട്ടിൽ വെച്ചായിരുന്നു ശാസ്ത്രപ്രതിഭയുടെ അന്ത്യം.

ലുഡ്‌വിഗ് വാൻ ബീഥോവൻ

ലോകപ്രശസ്തനായ ജർമ്മൻ സംഗീതജ്ഞനും, പിയാനോ വിദ്വാനുമായിരുന്നു ലുഡ്‌വിഗ് വാൻ ബീഥോവൻ എന്ന ബീഥോവൻ. പാശ്ചാത്യസംഗീതലോകം ഉദാത്തതയുടെ കാലത്തു നിന്ന് കാല്പനികതയുടെ കാലത്തേക്കുള്ള പരിണാമപ്രക്രിയയിൽ പ്രധാന പങ്ക് വഹിച്ച വ്യക്തിയാണ് ഇദ്ദേഹം. ലോകത്ത് ഏറെ ആദരക്കിപ്പെട്ടിട്ടുള്ളതും സ്വാധീനം ചെലുത്തിയതുമായ സംഗീതജ്ഞരിൽ ഒരാളായി ബീഥോവൻ കണക്കാക്കപ്പെടുന്നു.

അക്കാലത്ത് റോമാ സാമ്രാജ്യത്തിൽ പെട്ട കൊളോൺ നിയോജകമണ്ഡലത്തിന്റെ ഭാഗമായിരുന്ന ബോണിൽ ഡിസംബർ 16 1770ൽ ആണ് ബീഥോവൻ ജനിച്ചത്. എന്നാൽ ജനനത്തീയതിയെ സംബന്ധിച്ച് അഭിപ്രായ വ്യത്യാസം നിലനിൽക്കുന്നുണ്ട്. കുട്ടികൾ ജനിച്ച് 24 മണിക്കൂറിനുള്ളിൽ അവരെ മാമോദീസ മുക്ക

ണമെന്നുണ്ടായിരുന്നു. ഇതേ വർഷം ഡിസംബർ 17നായിരുന്നു ബീഥോവൻ ഇപ്രകാരം ചെയ്യപ്പെട്ടത്. ഇതു കൊണ്ടാണ് അദ്ദേഹം ജനിച്ചത് ഇതിനു തൊട്ടു മുമ്പുള്ള ദിവസമാണെന്നു പറയുന്നത്. ബീഥോവന് രണ്ട് ഇളയ സഹോദരൻമാരുണ്ടായിരുന്നു. കാസ്പറും ജൊഹാനും. അദ്ദേഹത്തിന്റെ അമ്മ മറിയ മഗ്ദലന അതീവ ഭക്തയായ ഒരു സ്ത്രീ ആയിരുന്നു. പിതാവ് യൊഹാൻ വാൻ ബീഥോവൻ സദസ്സുകളിൽ പാട്ടു പാടുന്ന സംഗീതജ്ഞനായിരുന്നു. എന്നാൽ സംഗീതജ്ഞൻ എന്നതിനേക്കാളുപരി മുഴുക്കുടിയൻ എന്ന നിലയിലായിരുന്നു അയാൾ അറിയപ്പെട്ടിരുന്നത്. എന്നിരുന്നാലും ബീഥോവന്റെ മുത്തച്ഛൻ കാപ്പൽ മീസ്റ്റർ വാൻ ബീഥോവൻ ബോണിലെ ഏറ്റവും പ്രശസ്തനായ സംഗീതജ്ഞനായിരുന്നു. ബാലനായ ലുഡ്‌വിഗ് വാൻ ബീഥോവന് അദ്ദേഹം ഭയങ്കര പ്രചോദനമായിരുന്നു. തനിക്ക് രണ്ട് ഇളയ സഹോദരൻമാരുണ്ടാകുന്നതിനിടയിലെ സമയങ്ങളിൽ പിതാവ് ബീഥോവനെ സംഗീതം പഠിപ്പിച്ചു തുടങ്ങി. വളരെ പരുഷമായിട്ടായിരുന്നു അയാൾ മകനെ പഠിപ്പിച്ചതും അവനോട് പെരുമാറിയതും. സംഗീത ഇതിഹാസമായിരുന്ന മൊസാർട്ടിനെ പോലെ തന്റെ മകൻ ആവണമെന്ന് അയാൾ ഉള്ളിൽ ആഗ്രഹിച്ചു. 1778 മാർച്ച് 26ന് അദ്ദേഹം ബീഥോവന്റെ ഏഴാം വയസ്സിൽ അവന്റെ ആദ്യത്തെ പൊതുപരിപാടി സംഘടിപ്പിച്ചു. കൊച്ചുകുട്ടിയായ ബീഥോവൻ അസാമാന്യമായ രീതിൽ പരിപാടി അവതരിപ്പിച്ചത് ആളുകൾ വിസ്മയത്തോടെ നോക്കി നിന്നു.

വിദ്യാർത്ഥിയായിരിക്കെ മികച്ച പഠനനിലവാരമാണ് ബീഥോവൻ കാഴ്ച വെച്ചത്. എന്നാൽ വാക്കുകളുടെ സ്പെല്ലിംഗും മറ്റും പഠിക്കൽ അവന് വലിയ ബുദ്ധിമുട്ടായിരുന്നു. 1781ൽ ബീഥോവൻ തന്റെ പത്താമത്തെ വയസ്സിൽ സ്കൂളിൽ നിന്നും പിൻവാങ്ങി. ക്രിസ്റ്റ്യൻ നീഫെ എന്നൊരാളുടെ കൂടെ മുഴുവൻ സമയവും സംഗീതം പഠിക്കാൻ വേണ്ടിയായിരുന്നു ഇത്. 12-ാ

മത്തെ വയസ്സിൽ ബീഥോവൻ തന്റെ ആദ്യത്തെ സംഗീതരചന പുറത്തിറക്കി. ഡ്രസ്‌ലർ എന്നയാളുടെ പിയാനോ വായനക്കു വേണ്ടിയായിരുന്നു ഇത്. 1784ൽ മദ്യപാനം അമിതമായതിനെത്തുടർന്ന് ശബ്ദത്തെ ബാധിച്ചതിനാൽ ബീഥോവന്റെ അച്ഛന് അധികകാലം സംഗീതത്തിലൂടെ കുടുംബത്തെ പോറ്റാൻ കഴിയായതായി. ഇതോടെ ബീഥോവൻ കോർട്ടിലെ സഹ സംഗീത വിദ്വാനായി തന്നെ നിയമിക്കാൻ അധികൃതരോട് അപേക്ഷിച്ചു. 150 ഫ്ലോറിൻ വാർഷിക ശമ്പളത്തിന് ബീഥോവനെ അവിടെ നിയമിച്ചു. ബീഥോവനിലെ അപാരമായ സംഗീത പ്രതിഭയെ വികസിപ്പിക്കാൻ അവനെ വിയന്നയിൽ മോസാർട്ടിന്റെ അടുക്കലേക്ക് സംഗീതം പഠിക്കാൻ അയച്ചു. യുവാവായ ബീഥോവന്റെ പ്രകടനം കണ്ട് മൊസാർട്ട് പറഞ്ഞുവത്രെ ആ കുട്ടിയിൽ ഒരു കണ്ണു വേണം ഭാവിയിൽ നമ്മൾക്കൊക്കെ പറയാൻ പറ്റിയ കാര്യങ്ങൾ അവൻ ലോകത്തിനു നൽകും. പക്ഷെ വിയന്നയിലെത്തി ആഴ്ചകൾക്കകം തന്റെ അമ്മക്ക് തീരെ വയ്യാതായതായറിഞ്ഞു. അവൻ വേഗം ബോണിലേക്കു തിരിച്ചു പോയി അമ്മയെ പരിചരിച്ചു. മാസങ്ങൾക്കകം അമ്മ മരണപ്പെട്ടു. പിന്നീട് ബീഥോവൻ നാട്ടിൽ തന്നെ കഴിഞ്ഞു. 1790 -ൽ റോമാ സാമ്രാജ്യത്തിലെ രാജാവായിരുന്ന ജോസഫ് രണ്ടാമൻ മരിച്ചപ്പോൾ അയാളെ അനുസ്മരിച്ചു കൊണ്ട് ബീഥോവൻ രചിച്ച സംഗീതശിൽപം ഏവരു

ടെയും ശ്രദ്ധയാകർഷിച്ചു. അതിന് നിരവധി ഉപഹാരങ്ങൾ ലഭിക്കുകയും ചെയ്തു. പിന്നീട് ഫ്രഞ്ചു സേന 1792ൽ കൊളോണിൽ അധിനിവേശം നടത്തിയ സമയത്ത് ബീഥോവൻ ഓസ്ട്രിയയിലെ വിയന്നയിലേക്ക് താമസം മാറ്റി. വിഖ്യാത സംഗീതജ്ഞനായിരുന്ന ജോസഫ് ഹയ്ഡനോടൊപ്പം പഠിച്ച ബീഥോവൻ പെട്ടെന്നു തന്നെ പിയാനോ വിദഗ്ദ്ധനായി പ്രസിദ്ധിയാർജ്ജിച്ചു.

ഇരുപതു വയസ്സുകളിൽത്തന്നെ അദ്ദേഹത്തിന്റെ കേൾവിശക്തി ക്രമേണ കുറയാൻ തുടങ്ങിയെങ്കിലും തന്റെ പ്രസിദ്ധങ്ങളായ സൃഷ്ടികൾക്ക് സംഗീതം നൽകുകയും അവ അവതരിപ്പിക്കുകയും ചെയ്തു. വിയന്നയിൽ തന്റെ ജീവിതം സംഗീതത്തിനു വേണ്ടി മാത്രം അദ്ദേഹം ചെലവഴിച്ചു. 1795 മാർച്ച് 29ന് അദ്ദേഹം വിയന്നയിലെ ഏവരും കാത്തിരുന്ന അരങ്ങേറ്റം കുറിച്ചു. പിന്നീട് ഓപ്പസ് 1 എന്ന പേരിൽ പിയാനോ രചനകൾ അദ്ദേഹം നടത്തി. ഒന്നിനു പുറകെ ഒന്നായി നിരവധി സംഗീതരചനകൾ വരും വർഷങ്ങളിൽ ബീഥോവന്റെതായി വന്നു. പുതിയ നൂറ്റാണ്ടിലെ

ആദ്യത്തെ ഒരു വസന്തകാലത്ത് 188ൽ ബീഥോവൻ തന്റെ ഏഴ് സിംഫണികളിൽ ഒന്നാമത്തേത് വിയന്നയിലെ റോയൽ ഇംപീരിയൽ തിയേറ്ററിൽ വെച്ച് അവതരിപ്പിച്ചു. സിംഫണികൾ അദ്ദേഹത്തെ യൂറോപ്പിലെ, എന്നല്ല ലോകത്തെ തന്നെ ഏറ്റവും ആഘോഷിക്കപ്പെട്ട സംഗീതജ്ഞനാക്കി. അതിനിടെ ഫ്രാൻസിലെ ചക്രവർത്തി നെപ്പോളിയൻ ബോണപ്പാട്ടിനെ കുറിച്ചും അദ്ദേഹം സംഗീതം രചിച്ചു. എന്നാൽ സംഗീതരംഗത്ത് അത്ഭുതങ്ങൾ സൃഷ്ടിച്ചു മുന്നോട്ടു പോകവെ അദ്ദേഹത്തിന്റെ കേൾവിശക്തി മുഴുവനായും നഷ്ടപ്പെട്ടു കൊണ്ടിരിക്കുകയാണെന്ന് ബീഥോവൻ മനസ്സിലാക്കിത്തുടങ്ങി. സംഭാഷണം നടത്തുമ്പോൾ എന്താണ് പറയുന്നതെന്ന് മനസ്സിലാക്കാൻ അദ്ദേഹം നന്നെ പാടുപെട്ടു. ഇത് അദ്ദേഹത്തെയും അദ്ദേഹത്തിന്റെ ആസ്വാദകരെയും ദു:ഖത്തിലാക്കി. അദ്ദേഹം തന്റെ സുഹൃത്ത് ഫ്രാൻസ് വേഗ്ലർക്ക് കത്തെഴുതി ഞാൻ വളരെ കഷ്ടം നിറഞ്ഞ ജീവിതമാണ് നയിക്കുന്നത്. ഏതാണ്ട് രണ്ടു വർഷമായി ഞാൻ പൊതപരിപാടികളിൽ നിന്നും മറ്റും ഒഴിഞ്ഞു നിൽക്കുകയാണ്. എനിക്ക് ആളുകൾ സംസാരിക്കുന്നത് കേൾക്കാത്തതിനാൽ മനസ്സിലാവുന്നില്ല. എങ്കിലും അത്ഭുതകരമെന്നു പറയട്ടെ പൂർണമായും ബധിരനായ ശേഷവും ബീഥോവൻ അപാരമായ സംഗീതരചനകൾ നടത്തിക്കൊണ്ടിരുന്നു.1803 മുതൽ 1812 വരെ ഒരു ഓപ്പെറ, ആറ് സിംഫണികൾ, ഏഴ് പിയാനോ സൊണാറ്റകൾ തുടങ്ങിയ അദ്ദേഹം സംഗീതത്തിനു നൽകിയ ഏറ്റവും മികച്ച സൃഷ്ടികൾ ബീഥോവൻ നടത്തി.

സ്വകാര്യജീവിതത്തിൽ തികച്ചും ഒറ്റപ്പെട്ട ജീവിതമായിരുന്നു ബീഥോവന്റേത്. അശ്രദ്ധനായിരിക്കുന്ന, എല്ലാവരോടും പെട്ടെന്ന് ചൂടാവുന്ന, അത്യാർത്തിക്കാരനായ പ്രകൃതക്കാരനായിരുന്നു അദ്ദേഹം. എപ്പോഴും സഹോദരൻമാരോടും സുഹൃത്തുക്കളോടും മറ്റും കലഹിക്കുക ബീഥോവന്റെ പതിവായിരുന്നു. പലപ്പോഴും മാനസിക അസ്വാസ്ഥ്യവും ഭ്രാന്തുമുള്ള ആളുകളെ പോലെയായിരുന്നു അദ്ദേഹം പെരുമാറിയിരുന്നത്. പലപ്പോഴും അടുത്ത സുഹൃത്തുക്കളെ വരെ അദ്ദേഹം ആക്രമിക്കുക വരെ ചെയ്തിരുന്നു. ഇങ്ങനെയൊക്ക പ്രതികൂലമായ വ്യക്തിജീവിതത്തിനിടയിലും അപാരമായ ഭംഗിയിൽ അദ്ദേഹത്തിന്റെ സംഗീതം പ്രവഹിച്ചു കൊണ്ടേയിരുന്നു.

1827 മാർച്ച് 26ന് തന്റെ 56 -ാമത്തെ വയസ്സിൽ ബീഥോവൻ അന്തരിച്ചു. കരളിന് ബാധിച്ച അസുഖമായിരുന്നു മരണകാരണം. ലോകം കണ്ട ഏറ്റവും മഹാനായ സംഗീതജ്ഞനായിട്ടാണ് അദ്ദേഹം ഇന്നും അറിയപ്പെടുന്നത്.

ബുക്കർ ടി വാഷിംഗ്ടൺ

അമേരിക്കയിലെ കറുത്തവർഗ്ഗക്കാരുടെ ഉന്നമനത്തിനായി പ്രവർത്തിച്ച സാമൂഹിക പരിഷ്കർത്താവായിരുന്നു ബുക്കർ ടി. വാഷിംഗ്ടൺ. 1856 ഏപ്രിൽ അഞ്ചിന് ഫ്രാങ്ക്ലിൻ കൗണ്ടിയിൽ ആണ് ഇദ്ദേഹം ജനിച്ചത്. ഇദ്ദേഹത്തിന്റെ അമ്മ ഒരടിമയായിരുന്നു. വെള്ളക്കാരനായ പിതാവ് ബാല്യത്തിൽ തന്നെ അമ്മയെ ഉപേക്ഷിച്ചു. തുടർന്നുള്ള ബുക്കറിന്റെ ജീവിതം കഷ്ടപ്പാടുകൾ നിറഞ്ഞതായിരുന്നു. ഒരു അടിമസ്ത്രീയിൽ ജനിച്ച കുട്ടിയായതിനാൽ ജീവിതത്തെ കുറിച്ച് വലിയ പ്രതീക്ഷകളൊന്നും ബുക്കർ ടിക്ക് ഇല്ലായിരുന്നു. അമേരിക്കയിൽ അക്കാലത്തുള്ള പതിവനുസരിച്ച് ഒരു അടിമക്കു പിറക്കുന്ന കുഞ്ഞിനെയും അടിമയായിട്ടായിരുന്നു കണക്കാക്കിയിരുന്നത്. അദ്ദേഹത്തിന്റെ അമ്മ ജെയ്ൻ ജെയിംസ് ബറോ എന്ന തോട്ടം മുതലാളിക്കു വേണ്ടി പാചകക്കാരിയുടെ ജോലി ചെയ്യുന്നവളായിരുന്നു. ഈ

തോട്ടത്തിന്റെ അടുക്കളയായിരുന്ന ഒരു ചെറിയ മുറിക്കകത്താ യിരുന്നു ബുക്കറും അമ്മയും ജീവിച്ചിരുന്നത്.

വളരെ ചെറുപ്രായത്തിൽ തന്നെ തോട്ടത്തിലെ മില്ലിലേക്ക് ധാന്യച്ചാക്കുകൾ ചുമന്നു കൊണ്ടു പോകുന്ന ജോലി ചെയ്യാൻ വിധിക്കപ്പെട്ടു ബുക്കർ. ചെറിയ കുട്ടിയായ ബുക്കറിന് 100 പൗണ്ടു വരുന്ന ചാക്കു കെട്ടുകൾ ചുമക്കുക വളരെ പ്രയാസകരമായിരുന്നു. പലപ്പോഴും മുതലാളിയെ തൃപ്തിപ്പെടുത്തി പണിയെടുക്കാനാവാത്തതിനാൽ ആ ബാലന് പൊതിരെ തല്ല് കിട്ടിയിരുന്നു. തോട്ടത്തിനടുത്തുള്ള സ്കൂളിൽ നിന്നാണ് വിദ്യാഭ്യാസവുമായി ബന്ധപ്പെട്ട ആദ്യത്തെ അനുഭവം ബുക്കറിനുണ്ടാവുന്നത്. ഭാരം ചുമന്നു പോകുന്നതിനിടെ അറിയാതെ സ്കൂളിനകത്തേക്ക് നോക്കിയപ്പോൾ കുട്ടികൾ ഡസ്കിനു മുമ്പിലിരുന്ന് പുസ്തകങ്ങൾ വായിക്കുന്നത് അവൻ കണ്ടു. അവർ ചെയ്യുമ്പോലെ വായിക്കാനും എഴുതാനും ബുക്കറിനും ആഗ്രഹമുണ്ടായി. എന്നാൽ അവൻ അടിമയായിരുന്നു. അടിമയെ എഴുത്തും വായനയും പഠിപ്പിക്കാൻ പാടില്ലായിരുന്നു അക്കാലത്ത്. അമേരിക്കയിലെ പ്രസിദ്ധമായ ആഭ്യന്തരയുദ്ധത്തിനു ശേഷം ബുക്കറും അമ്മയും വെസ്റ്റ് വിർജീനിയയിലെ മാൽദൻ എന്ന പ്രദേശത്തേക്ക് താമസം മാറ്റി. അവിടെ വെച്ച് ജെയിൻ ഫ്രീഡ്മാൻ വാഷിംഗ്ടൺ ഫെർഗൂസൺ എന്നയാളെ വിവാഹം കഴിച്ചു. അവരുടെ കുടുംബം വളരെ ദരിദ്രരായിരുന്നതിനാൽ ഒൻപതു വയസ്സുകാരനായ

ബുക്കർ സ്കൂളിൽ പോകുന്നതിനു പകരം തന്റെ വളർത്തച്ഛന്റെ കൂടെ ഉപ്പു ഖനിയിൽ ജോലിക്കു പോയി. ബുക്കറിന് എഴുത്തിനോടും വായനയോടുമുള്ള താത്പര്യം മനസ്സിലാക്കിയ അമ്മ അവന് ഒരു പുസ്തകം വാങ്ങിച്ചു കൊടുത്തു. അതിൽ നിന്നും അവൻ അക്ഷരമാല തുടങ്ങിയ ബാലപാഠങ്ങൾ പഠിച്ചു. അടിസ്ഥാനപരമായ വാക്കുകളും മറ്റും വായിക്കാനും എഴുതാനും അവൻ പഠിച്ചു. എപ്പോഴും ജോലിക്കു പോകേണ്ടതിനാൽ പുലർച്ചെ 4 മണിക്ക് എഴുന്നേറ്റായിരുന്നു ബുക്കർ പഠിക്കാനുള്ള സമയം കണ്ടെത്തിയത്. ഇതിനോടകം ബുക്കർ തന്റെ പേരിനൊപ്പം തന്റെ വളർത്തച്ഛന്റെ രണ്ടാം പേരായ വാഷിംഗ്ടൺ ചേർത്തു.

1866ൽ ബുക്കർ ടി വാഷിംഗ്ടണ് അവിടുത്തെ കൽക്കരി ഖനിയുടെ ഉടമസ്ഥനായ ലൂയിസ് റഫ്നർ എന്നയാളുടെ ഭാര്യ വയോള റഫ്നർ എന്ന സ്ത്രീയുടെ വീട്ടിൽ വേലക്കാരൻ പയ്യന്റെ ജോലി ലഭിച്ചു. വേലക്കാരോട്, പ്രത്യേകിച്ച് ആൺകുട്ടികളോട് വളരെ പരുഷമായി മാത്രം പെരുമാറുന്ന ഒരു സ്ത്രീയായിരുന്നു അത്. എന്നാൽ മറ്റുള്ളവരിലൊന്നുമില്ലാത്ത എന്തൊക്കെയോ അവർ ബുക്കറിൽ കണ്ടു. അവന്റെ ബുദ്ധിശക്തിയും പക്വതയുമെല്ലാം അവർക്ക് നന്നായി ഇഷ്ടപ്പെടുകയും അവനോട് വളരെ മാന്യമായി മാത്രം അവർ പെരുമാറുകയും ചെയ്തു. അവർക്കു വേണ്ടി

ജോലി ചെയ്ത രണ്ടു വർഷം ബുക്കറിന് പഠിക്കാനും വിദ്യാഭ്യാസം നേടാനുമുള്ള അതിയായ ആഗ്രഹം ആ സ്ത്രീ മസ്സിലാക്കി. അങ്ങനെ തണുപ്പുകാലത്തെ എല്ലാ മാസത്തിലും ദിവസവും രാവിലെ ഒരു മണിക്കൂർ സ്കൂളിൽ പോകാൻ അവന് അവസരമുണ്ടാക്കിക്കൊടുക്കുകയും ചെയ്തു.

1872ൽ ബുക്കർ ടി വാഷിംഗ്ടൺ വീടു വിട്ട് പോയി. 500 മൈൽ അപ്പുറമുള്ള വിർജീനിയയിലെ ഹാംപ്ടൺ കാർഷികസ്ഥാപനത്തിൽ പഠിക്കുവാൻ വേണ്ടിയായിരുന്നു ഇത്. പോകുന്ന വഴി പല ഒറ്റപ്പെട്ട ജോലികളും അദ്ദേഹം ചെയ്തു. സ്വയം ജീവിതം മുന്നോട്ടു കൊണ്ടു പോയി. സ്ഥാപനത്തിൽ പ്രവേശനം നേടാൻ അദ്ദേഹം അധികാരികളെ സമീപിച്ചു. സ്കൂളിന്റെ സ്ഥാപകനും പ്രധാനാധ്യാപകനുമായ സാമുവൽ സി ആംസ്ട്രോംഗ് പെട്ടെന്നു തന്നെ കഠിനാധ്വാനിയും ഊർജസ്വലനുമായ ബുക്കറിനെ സ്വീകരിക്കുകയും അവന് ഒരു വെള്ളക്കാരൻ സ്പോൺസർ ചെയ്ത സ്കോളർഷിപ്പ് അനുവദിക്കുകയും ചെയ്തു. പുതുതായി മോചിപ്പിക്കപ്പെട്ട അടിമകൾക്ക് മെച്ചപ്പെട്ട വിദ്യാഭ്യാസം ഉറപ്പു വരുത്തണമെന്ന ഉറച്ച താത്പര്യക്കാരനായിരുന്നു ആംസ്ട്രോംഗ്. അദ്ദേഹം ബുക്കറിന്റെ ഉപദേശകനും പഠനത്തിൽ മാർഗദർശിയുമായി.

1875ൽ ഉയർന്ന മാർക്കോടു കൂടി ബുക്കർ ടി വാഷിംഗ്ടൺ ഹാംപ്ടണിൽ നിന്ന് ബിരുദം നേടി. പിന്നീട് കുറച്ചു കാലം അദ്ദേം മാൽദനിലെ തന്റെ പഴയ പ്രാഥമിക സ്കൂളിൽ പഠിപ്പിക്കുകയും വാഷിംഗ്ടൺ ഡി.സിയിലെ സെമിനാരിയിൽ പോകുകയും ചെയ്തു. 1879ൽ ഹാംപ്ടണിൽ ബിരുദദാന ചടങ്ങിൽ സംസാരിക്കാൻ ആംസ്ട്രോംഗ് ബുക്കറിനെ ക്ഷണിക്കുകയും തുടർന്ന് അവിടെ അധ്യാപകനായി ജോലി നൽകുകയും ചെയ്തു. വർണത്തിന്റെ അടിസ്ഥാനത്തിൽ ടസ്കീജി നോർമൽ ആന്റ് ഇൻഡസ്ട്രിയൽ ഇൻസ്റ്റിറ്റിയൂട്ട് എന്ന സ്ഥാപനം നടത്താൻ ജോർജിയയിലെ നിയമനിർമാണ സഭ 2000 ഡോളർ അനുവദിച്ചു. ആ സ്ഥാപനം നടത്താൻ ഒരു വെള്ളക്കാരനെ നിയമിക്കാൻ ആംസ്ട്രോംഗിനെ ഏൽപിക്കുകയും ചെയ്തു. എന്നാൽ അദ്ദേഹം ആ സ്ഥാനത്തേക്ക് ബുക്കർ ടിയെയെ നിയമിച്ചു. ഇത് ബുക്കർ ടിക്ക് ലഭിച്ച ഏറ്റവും വലിയ അംഗീകാരമായിരുന്നു. ഈ സംരംഭവുമായി അദ്ദേഹം അമേരിക്കയിലുടനീളം സഞ്ചരിക്കുകയും വിവിധ വിദ്യാഭ്യാസ പ്രചാരണപ്രവർത്തനങ്ങളിലേർപ്പെടുകയും ചെയ്തു.

1915 നവംബർ 14ന് അദ്ദേഹം ഹൃദയാഘാതത്തെ തുടർന്ന് മരണപ്പെട്ടു. മരിക്കുന്നത് വരെ ടസ്കീജിയുടെ തലപ്പത്ത് ഇദ്ദേഹമായിരുന്നു.

ചാർളി ചാപ്ലിൻ

ദാരിദ്ര്യത്തിൽ നിന്ന് സമ്പതയിലേക്ക് ഉയർന്നവരുടേതിൽ ഏറ്റവും നാടകീയമായ കഥ എന്നാണ് ചാർളി ചാപ്ലിന്റെ കുട്ടിക്കാലത്തെ കുറിച്ച് ജീവചരിത്രകാരനായ ഡേവിഡ് റോബിൻസണിന്റെ അഭിപ്രായം. അത്രയും കഷ്ടപ്പാടുകളും ദാരിദ്ര്യവും നിറഞ്ഞതായിരുന്നു ആ കാലം. ഒരു ചെരുപ്പുതുന്നിയുടെ മകളായിരുന്നു ചാർലിയുടെ അമ്മ ഹന്ന. ഒരു അറവുകാരന്റെ മകനായിരുന്നു അച്ഛൻ ചാൾസ് ചാപ്ലിൻ. ചാപ്ലിന്റെ ജനനകാലത്ത് സംഗീതപരിപാടികൾക്കിടയിൽ ആളുകളെ രസിപ്പിക്കുകയെന്നതായിരുന്നു അവരുടെ ജോലി. 1889 ഏപ്രിൽ 16-നായിരുന്നു ചാർലി ചാപ്ലിന്റെ ജനനം. ചാർലിയുടെ ജനനത്തെ കുറിച്ച് ഒരു ഔദ്യോഗിക രേഖകളും ഇല്ല. എങ്കിലും തെക്കൻ ലണ്ടനിലെ വാൽവർത്തിലെ ഈസ്റ്റ് സ്ട്രീറ്റിലായിരുന്നു ജനനമെന്ന് ചാർളി

ചാപ്ലിൻ വിശ്വസിച്ചിരുന്നു. ചാർളിയുടെ ജനനത്തിന് നാലു വർഷം മുമ്പായിരുന്നു മാതാപിതാക്കളുടെ വിവാഹം. ഹന്നയ്ക്ക് വേറൊരു ബന്ധത്തിൽ ജനിച്ച സിഡ്നി ജോണിന്റെ സംരക്ഷണവും ചാർളിയുടെ പിതാവിനായിരുന്നു. ചാപ്ലിൻ ജനിച്ച് രണ്ടു വർഷത്തിനകം മാതാപിതാക്കൾ തമ്മിൽ തെറ്റി. പിന്നീട് ലണ്ടനിലെ കെന്റിംഗ്ട് പ്രദേശത്തായിരുന്നു അവരുടെ താമസം. ഹന്നക്ക് വല്ലപ്പോഴും കുപ്പായം തുന്നാനും രോഗികളെ ശുശ്രൂഷിക്കാനുമുള്ള പണി കിട്ടും. വേറൊരു വരുമാനവും ആ കുടുംബത്തിനില്ലായിരുന്നു. ചാപ്ലിന്റെ പിതാവ് തന്റെ മക്കളെ തിരിഞ്ഞു നോക്കിയില്ല. പട്ടിണിയിൽ നിന്ന് രക്ഷപ്പെടാൻ ഏഴ് വയസ്സായപ്പോൾ തന്നെ ചാപ്ലിൻ ലണ്ടൻ മുനിസിപ്പൽ ഭരണകൂടത്തിന്റെ വകയായുള്ള വർക്ക് ഹൗസിൽ ചേർന്നു. പഠിക്കുന്നതോടൊപ്പം ജോലിയും ചെയ്യണമായിരുന്നു ആ സംവിധാനത്തിൽ. പാപ്പരായവർക്കുവേണ്ടിയുള്ള സെൻട്രൽ ലണ്ടൻ സ്കൂളിലായിരുന്നു ചാപ്ലിന്റെ താമസം. ഒമ്പതാം വയസ്സിലാണ് അമ്മയുമായി വീണ്ടും സംഗമിക്കാൻ ചാർലിക്കായത്. 1898 ജൂലൈ മാസം വീണ്ടും തന്റെ കുടുംബത്തെ വർക്ക് ഹൗസിൽ ചേർക്കാൻ ആ അമ്മ നിർബന്ധിതയായി. പാവപ്പെട്ടവർക്കുവേണ്ടിയുള്ള നോർവുഡ് സ്കൂളിലായിരുന്നു ആ കുട്ടികൾ പഠിച്ചത്. രണ്ടുമാസം കഴിഞ്ഞ് ഹന്ന ഒരു മാനസികരോഗാശുപത്രിയിൽ പ്രവേശിപ്പിക്കപ്പെട്ടു. എന്തിനാണവരിത് ചെയതത്, ഉല്ലാസവതിയായിരുന്ന അവർക്കെങ്ങിനെ ഇത് സംഭവിച്ചു എന്ന് ചാപ്ലിൻ അതിശയം കൂറി. അമ്മ ആശുപത്രിയിൽ കഴിഞ്ഞ രണ്ട് മാസം, അവർക്ക് ശരിക്ക് പരിചയം പോലുമില്ലാതിരുന്ന അച്ഛന്റെ കൂടെയായിരുന്നു ചാപ്ലിനും സഹോദരനും താമസിച്ചത്. അപ്പോഴേക്കും അച്ഛൻ അമിതമദ്യപാനിയായി മാറിയിരുന്നു. കുട്ടികളോടുള്ള ക്രൂരത തടയുന്ന സൊസൈറ്റിയുടെ പ്രവർത്തകർ അവരുടെ താമസസ്ഥലം സന്ദർശിക്കാനെത്തുന്ന വിധം ദുസ്സഹമായിരുന്നു ആ കാലം. പിന്നീട് രണ്ടു വർഷം കഴിഞ്ഞ് അമിതമദ്യപാനം

കൊണ്ട് കരളിന് കേടുവന്ന്, തന്റെ മുപ്പത്തിയേഴാം വയസ്സിൽ ചാൾസ് ചാപ്ലിൻ മരിച്ചു. ഹന്നക്ക് സുഖപ്പെട്ടു. പക്ഷെ 1903 മെയിൽ രോഗം വീണ്ടും കൂടി. ഇത്തവണ, പതിനാലുകാരനായ ചാർലി തന്നെയായിരുന്നു അമ്മയെ ആശുപത്രിയിൽ കൊണ്ടാക്കിയത്. ഭക്ഷണം കിട്ടാതെയും ഉറങ്ങാതെയുമായിരുന്നു ചാപ്ലിന് ഈ ഏകാന്തകാലം. ഒടുവിൽ നേവിയിൽ നിന്ന് സഹോദരൻ സിഡ്നി മടങ്ങിയെത്തുന്നത് വരെ ഈ പട്ടിണിക്കാലം തുടർന്നു. പിന്നീട് എട്ടുമാസത്തിനു ശേഷം അമ്മ മാനസികാശുപത്രിയിൽ നിന്ന് മടങ്ങി. പക്ഷെ 1905 മാർച്ചിൽ അവരുടെ ഭ്രാന്ത് മടങ്ങിവന്നു. പിന്നീട് സാധാരണജീവിതത്തിലേക്ക് മടങ്ങിവരാനാവാത്ത വിധം അവർക്ക് അവരെ നഷ്ടപ്പെട്ടു.

1897 ൽ അമ്മയുടെ ബന്ധങ്ങളുപയോഗപ്പെടുത്തി ചാർളി ഒരു നൃത്തട്രൂപ്പ് രൂപീകരിച്ചു. വലിയ ലാഭങ്ങളൊന്നും നൽകാതെ അത് പരാജയമടഞ്ഞു. ചാർളി ചാപ്ലിൻ പറയുന്നു 'ഞാൻ പത്രം വിറ്റിട്ടുണ്ട്, പ്രിന്റർ ആയും കളിപ്പാട്ട നിർമാതാവ് ആയും ഡോക്ടറുടെ സഹായിയായും ജോലി ചെയ്തിട്ടുണ്ട്, അതിനിടക്കൊക്കെ അഭിനേതാവ് ആവുക എന്ന സ്വപ്നം ഞാൻ മുറുകെപ്പിടിക്കുന്നുണ്ടായിരുന്നു. അതുകൊണ്ട് തന്നെ ജോലികൾക്കിടയിലും

ഷൂ പോളിഷ് ചെയ്ത്, ഉടുപ്പ് അലക്കിത്തേച്ചു നടന്ന് ഒരു നാടക ഏജൻസിയുമായി നിരന്തരം ബന്ധപ്പെട്ടുകൊണ്ടെയിരുന്നു. പതുക്കെപ്പതുക്കെ വേദികൾ അദ്ദേഹത്തെ തേടിയെത്താൻ തുടങ്ങി. 1908ൽ ചാർളി ഫ്രെഡ് കാർനോ ട്രൂപ്പുമായി ഒത്തുചേർന്ന് അവരുടെ ഹാസ്യപരിപാടികളിൽ പങ്കെടുത്തു പോന്നു.സിനിമാ നിർമാതാവ് മാക് സെന്നെററുമായി കരാർ ഒപ്പിടുന്നത് കാർനോയിൽ പ്രവർത്തിച്ചു കൊണ്ടിരിക്കെയാണ്. 1914 ൽ ആദ്യ സിനിമയായ മെയ്ക് എ ലിവിംഗ് (make a living) ചെയ്തു. മറ്റു അഭിനേതാക്കളിൽ നിന്ന് തന്റെ അവതരണം വ്യത്യസ്തമായി അനുഭവപ്പെടാൻ ചാർലി ചാപ്ലിൻ ഒരു വ്യതിരിക്തമായ കഥാപാത്രമാവാൻ തീരുമാനിച്ചു. അങ്ങനെയാണ് കിഡ് ഓട്ടോ റേസസ് അറ്റ് വെനിസ്(1914) എന്ന ചിത്രത്തിലൂടെ ലിറ്റിൽ ട്രംപ് എന്നറിയപ്പെടുന്ന വിഖ്യാത ചാർളി ചാപ്ലിൻ കഥാപാത്രം കാണികൾക്ക് മുന്നിലെത്തുന്നത്. കുഞ്ഞു മീശയും തൊപ്പിയും വടിയും കുസൃതികളുമായി അയാൾ ലോകത്തെ ചിരിപ്പിച്ചു, ചിന്തിപ്പിച്ചു. തന്റെ പതിമൂന്നാമത്തെ ചിത്രത്തോടെ ചാർളി ചാപ്ലിൻ സിനിമ സംവിധാനം ചെയ്യാനാരംഭിച്ചു. തന്റെ കുട്ടിക്കാലാനുഭവങ്ങൾ പ്രതിഫലിപ്പിക്കുന്ന, പട്ടിണിയും വിശപ്പും ഏകാന്തതയും പ്രശ്നവൽക്കരിക്കുന്ന ചിത്രങ്ങളായിരുന്നു അവ. സിനിമാ ഹാസ്യത്തെ വിപ്ലവാത്മകമായ രീതിയിൽ മാറ്റി ചാപ്ലിൻ ചരിത്രം സൃഷ്ടിച്ചു.

പൂർണതയ്ക്ക് വേണ്ടി എന്തും ചെയ്യും എന്ന മട്ടുകാരനായി

രുന്നു ചാർളി. പലപ്പോഴും അദ്ദേഹത്തിന്റെ ചിത്രീകരണങ്ങൾക്ക് എണ്ണമറ്റ റീടേകുകൾ വേണ്ടി വന്നു. മറ്റു ചിലപ്പോൾ ഒരു മുഴുവൻ സെറ്റ് തന്നെ മാറ്റി നിർമിക്കേണ്ടി വന്നു. ചിത്രീകരണം തുടങ്ങിക്കഴിഞ്ഞു അഭിനേതാവ് മോശമെന്ന് തോന്നിയാൽ അയാളെ മാറ്റി വീണ്ടും ഒന്ന് മുതൽ തുടങ്ങാനും ചാർളി മടി കാണിച്ചില്ല. 1920 കളോടെ ചാർളി ചാപ്ലിൻ തന്റെ കരിയർ ഒന്ന് കൂടി ഭദ്രമാക്കി. ദി കിഡ്(1921), ദി പിൽഗ്രിം(1923), എ വുമൻ ഇൻ പാരിസ്(1923), ദി ഗോൾഡ് റഷ്(1925) തുടങ്ങിയവ അദ്ദേഹത്തിന്റെ എക്കാലവും ഓർമിക്കപ്പെടുന്ന സിനിമകളാണ്. കീസ്റ്റോൺ കമ്പനിയുമായി കരാരിലേർപ്പെടുമ്പോൾ ഒരാഴ്ചക്ക് 150 ഡോളർ ആയിരുന്നു പ്രതിഫലം. 1915 –ൽ അത് 1250 ആയി. പിന്നീടത് ലക്ഷങ്ങളായി ഉയർന്നു. ചാപ്ലിന് രണ്ട് പ്രത്യേക ഓസ്കാർ പുരസ്കാരങ്ങൾ ലഭിച്ചു. ചാപ്ലിനെ ആദ്യം 'ഏറ്റവും നല്ല നടൻ', 'ഏറ്റവും നല്ല ഹാസ്യ ചിത്രത്തിന്റെ സംവിധായകൻ' എന്നീ പുരസ്കാരങ്ങൾക്കായിരുന്നു തിരഞ്ഞെടുത്തത്. എങ്കിലും ഇതിന് പകരം അഭിനയം, കഥാരചന, സംവിധാനം, നിർമ്മാണം എന്നിവയിലുള്ള വൈവിധ്യത്തിനും അസാമാന്യ പ്രതിഭയ്ക്കുമുള്ള പ്രത്യേക പുരസ്കാരം നൽകി. ചാപ്ലിന്റെ രണ്ടാമത്തെ പുരസ്കാരം 44 വർഷങ്ങൾക്കു ശേഷം 1972ൽ ആണ് വന്നത്. ഈ പുരസ്കാരം ലഭിച്ചപ്പോൾ ഓസ്കാർ പുരസ്കാരങ്ങളുടെ ചരിത്രത്തിലെതന്നെ ഏറ്റവും കൂടുതൽ നേരം കാണികൾ എഴുന്നേറ്റുനിന്ന് കൈ അടിച്ചത് ചാപ്ലിനു വേണ്ടിയായി.

1975 മാർച്ച് 9നു ഇംഗ്ലണ്ടിലെ രാജ്ഞിയായ ക്വീൻ എലിസബത്ത് ചാർളി ചാപ്ലിന് സർ പദവി സമ്മാനിച്ചു. ബ്രിട്ടീഷുകാർ

ചാപ്ലിന് സർ പദവി നൽകുവാൻ 1931 -ലും പിന്നീട് 1956 -ലും ശ്രമിച്ചിരുന്നു. എങ്കിലും ബ്രിട്ടീഷ് പാർലമെന്റ് അംഗങ്ങൾ അമേരിക്കൻ സർക്കാരിനെ ഇത് പ്രകോപിപ്പിക്കുമോ എന്ന് ഭയന്നു. അമേരിക്കൻ പ്രസിഡന്റ് ആയിരുന്ന ജെ. എഡ്ഗാർ ഹൂവർ ചാപ്ലിനെ ഒരു കമ്യൂണിസ്റ്റ് എന്ന് വിളിച്ചിരുന്നു. അഡോൾഫ് ഹിറ്റ്ലറിനെ ചില ചിത്രങ്ങളിൽ ചാപ്ലിൻ കളിയാക്കിയ വിധമായിരുന്നു ഈ ധാരണയ്ക്കു കാരണം.

സ്ക്രീനിലെ ചാപ്ലിൻ ഒരു വൻ വിജയമായിരുന്നു. എന്നാൽ അതിനു പുറത്തങ്ങനെയായിരുന്നില്ല. 1918 ൽ അദ്ദേഹം പതിനാറു വയസുകാരി മില്ഡ്രെഡ് ഹാരിസിനെ കല്യാണം കഴിച്ചു. ആ ബന്ധം രണ്ടു വർഷമേ നില നിന്നുള്ളൂ. അടുത്ത വിവാഹവും അവസാനിച്ചത് വിവാഹമോചനത്തിലാണ്. 1936 -ൽ വീണ്ടും വിവാഹിതനായ ചാപ്ലിൻ ആറു വർഷങ്ങൾക്കകം വീണ്ടും വിവാഹമോചിതനായി. തൊട്ടടുത്ത വർഷം വീണ്ടും വിവാഹിതനായ ചാപ്ലിനിന് ഭാര്യ ഊനിൽ എട്ടു കുട്ടികൾ ജനിച്ചു.

1936 -ൽ പുറത്തിറങ്ങിയ 'മോഡേൺ ടൈംസ്' എന്ന ചിത്രം കൂടുതൽ ആരാധകരെ സൃഷ്ടിച്ചു. ആഗോള സാമ്പത്തികരാഷ്ട്രീയ ഘടനകളെ ആസ്പദമാക്കിയുള്ള പ്രസ്തുത ചിത്രത്തിനു വേണ്ടി ചാർളി ഒന്നര വർഷം നീണ്ടു നിന്ന ലോക യാത്ര നടത്തിയിരുന്നു. അതിലേറെ ഉച്ചത്തിൽ 'ദി ഗ്രേറ്റ് ഡിക്റ്റേറ്റർ' എന്ന സിനിമയിലൂടെ ആഗോള രാഷ്ട്രീയ പ്രതിഭാസങ്ങളെക്കുറിച്ച് സംസാരിച്ചു. ചിത്രം പുറത്തിറങ്ങുന്നതിനോടനുബന്ധിച്ചു നടന്ന ചടങ്ങിൽ അദ്ദേഹം പറഞ്ഞു 'മാന്യതയും ദയയും തിരിച്ചു വരുന്നത് എനിക്ക് കാണണം, ഈ രാഷ്ട്രം യഥാർത്ഥ ജനാധിപത്യ രാഷ്ട്രമാവുന്നത് കാണാനാഗ്രഹിക്കുന്ന ഒരു സാധാരണക്കാരൻ മാത്രമാണ് ഞാൻ.'

1977 ഡിസംബർ 25 നു ചാർളി ചാപ്ലിൻ സ്വവസതിയിൽ വെച്ച് അന്ത്യശ്വാസം വലിച്ചു. ഭാര്യ ഊനയും ഏഴു മക്കളും അരികെയിരിക്കെയായിരുന്നു അന്ത്യം. ചാപ്ലിൻ ചിത്രങ്ങളിലെ സീനുകൾ പോലെ ഒരു നാടകീയ സംഭവവും അദ്ദേഹത്തിന്റെ മരണശേഷം അരങ്ങേറി. സംസ്കരിക്കപ്പെട്ട മൃതദേഹം മണിക്കൂറുകൾക്കകം മോഷണം പോയി. ലോകത്തെ ചിരിപ്പിച്ച ആ മനുഷ്യന്റെ ചേതനയറ്റ ശരീരം തിരിച്ചുകിട്ടാൻ നാല് ലക്ഷം ഡോളറാണ് മോഷ്ടാക്കൾ ആവശ്യപ്പെട്ടത്. 11 ആഴ്ചയ്ക്കു ശേഷം ജനീവ തടാകത്തിനു സമീപം ചാപ്ലിന്റെ മൃതശരീരം കണ്ടെടുത്തു. ഇങ്ങനെയുള്ള സംഭവങ്ങൾ ആവർത്തിക്കുന്നത് ഒഴിവാക്കാൻ ചാപ്ലിനെ കോൺക്രീറ്റിനു കീഴിൽ വീണ്ടും അടക്കം ചെയ്തു.

വിൻസ്റ്റൺ ചർച്ചിൽ

1940 മുതൽ 1945 വരെയും 1951 മുതൽ 1955 വരെയും ബ്രിട്ടീഷ് പ്രധാനമന്ത്രി ആയിരുന്ന ബ്രിട്ടീഷ് രാഷ്ട്രതന്ത്രജ്ഞനായിരുന്നു സർ വിൻസ്റ്റൺ ലിയൊനാർഡ് സ്പെൻസർചർച്ചിൽ. 1874 നവംബർ 30ന് ഒരു കുലീന തറവാട്ടിൽ ജനിച്ചു. ബ്രിട്ടണിലെ വളരെ പ്രധാനപ്പെട്ട ഒരു കുടുംബത്തിൽ നിന്നുള്ള റുഡോൾഫ് ചർച്ചിൽ പ്രഭുവിന്റെയും ന്യൂയോർക്കിൽ നിന്നുള്ള ജേനി ജെറോം എന്ന കുലീനയായ സ്ത്രീയുടെയും മകനായാണ് വിൻസ്റ്റൺ ചർച്ചിൽ ജനിച്ചത്. അയർലണ്ടിലെ ഡബ്ലിനിലാണ് അദ്ദേഹം തന്റെ കുട്ടിക്കാലം ചെലവഴിച്ചത്. സ്കൂളിൽ പഠിക്കാൻ തുടങ്ങിയ കാലത്തു തന്നെ ചർച്ചിൽ വികൃതിയായ സ്വതന്ത്രമായി ചിന്തിക്കുന്ന കുട്ടിയായി ശ്രദ്ധിക്കപ്പെട്ടു. ചേർക്കപ്പെട്ട ആദ്യത്തെ രണ്ടു സ്കൂളുകളിലും പഠനത്തിൽ വളരെ മോശമായതിനാൽ ചർച്ചിലിനെ മാതാപിതാക്കൾ ലണ്ടനിനടുത്തുള്ള ഹാരോ എന്ന

ബോർഡിംഗ് സ്കൂളിൽ ചേർത്തു. ആഴ്ചകൾക്കകം അദ്ദേഹം ഹാരോയിലെ റൈഫിൾ സേനയിൽ ചേർന്നു. പിന്നീടങ്ങോട്ട് ചർച്ചിൽ ബ്രിട്ടീഷ് സൈന്യത്തിന്റെ ഭാഗമായി. ആദ്യം സൈനികജോലി അദ്ദേഹത്തിന് അത്ര സുഖകരമായിരുന്നില്ല. മൂന്നു തവണ ശ്രമിച്ച ശേഷമാണ് അദ്ദേഹത്തിന് ബ്രിട്ടീഷ് റോയൽ മിലിട്ടറി അക്കാദമിയിൽ പ്രവേശനം ലഭിച്ചത്. എങ്കിലും 130 പേരുള്ള തന്റെ ക്ലാസിൽ നിന്ന് 20ാമനായി അദ്ദേഹം അവിടെ നിന്നും ബിരുദം പൂർത്തിയാക്കി. ഈ പഠനകാലത്തെല്ലാം അദ്ദേഹം അമ്മയെയും അച്ഛനെയും വിട്ടുപിരിഞ്ഞായിരുന്നു കഴിഞ്ഞത്. സ്കൂളിലായിരുന്നപ്പോൾ ചർച്ചിൽ അവർക്ക് വികാരം നിറഞ്ഞ കത്തുകളെഴുതുമായിരുന്നു. തന്നെ ഒന്നു വന്നു കാണണമെന്ന് അപേക്ഷിക്കുന്നതായിരുന്നു അവയിലധികവും. അദ്ദേഹത്തിന് 21 വയസ്സായപ്പോൾ പിതാവ് മരിച്ചു. പിതാവിനെ പ്രശസ്തിയിലൂടെ മാത്രമേ താൻ അറിഞ്ഞിരുന്നുള്ളൂവെന്ന് അദ്ദേഹം പറയുമായിരുന്നു. ബ്രിട്ടീഷ് സൈന്യം അവരുടെ ശക്തിയുടെ ഉച്ചിയിൽ നിൽക്കുന്ന സമയത്ത് ചുരുങ്ങിയകാലമാണെങ്കിലും സൈന്യത്തോടൊപ്പം ചേരാൻ ചർച്ചിലിനായി. സൈന്യത്തിലായിരിക്കെ പയനീർ, ഡെയ്‌ലി ടെലഗ്രാഫ് തുടങ്ങിയ പത്രങ്ങൾക്കു വേണ്ടി അദ്ദേഹം സൈനിക റിപ്പോർട്ടുകൾ എഴുതി. അവിടങ്ങളിലുള്ള തന്റെ യുദ്ധാനുഭവങ്ങൾ വിവരിക്കുന്ന രണ്ടു പുസ്തകങ്ങളും അദ്ദേഹം രചിച്ചിട്ടുണ്ട്. 1899ൽ ചർച്ചിൽ സേനയിൽ നിന്ന് രാജി വെച്ച് മോർണിംഗ് പോസ്റ്റ് എന്ന പത്രത്തിനു വേണ്ടി യുദ്ധകാര്യലേഖകനായി. ദക്ഷിണാഫ്രിക്കയിലെ ബുവർ യുദ്ധം റിപ്പോർട്ട് ചെയ്യുന്നതിനിടെ അദ്ദേഹം ബുവറുകളുടെ പിടിയിലാവുകയും ജയിൽ വാസം അനുഭവിക്കുകയും ചെയ്തു. ആധുനിക ബ്രിട്ടീഷ് ചരിത്രത്തിലും ലോകചരിത്രത്തിലും ചർച്ചിലിനെക്കുറിച്ച് ധാരാളം പഠനങ്ങൾ നടന്നിട്ടുണ്ട്. പല ഗ്രന്ഥങ്ങളുടെയും രചയിതാവായ ചർച്ചിലിനു തന്റെ ചരിത്ര രചനകൾക്ക് 1953ൽ സാഹിത്യത്തിനുള്ള നോബൽ സമ്മാനം ലഭിച്ചു. നോബൽ സമ്മാനം ലഭിച്ച ഏക പ്രധാനമന്ത്രിയാണ് അദ്ദേഹം. ഇന്ന് സർവസാധാരണമായി ഉപയോഗിക്കുന്ന വിജയത്തെ സൂചിപ്പിക്കാൻ രണ്ട് വിരലുകൾ ഇംഗ്ലീഷ് അക്ഷരമായ V ആകൃതിയിൽ (Victory) ഉയർത്തിക്കാണിക്കാണിക്കുന്ന രീതി ചർച്ചിലിന്റെ സംഭാവനയാണ്.

ബ്രിട്ടീഷ് കരസേനയിൽ ഒരു ഉദ്യോഗസ്ഥൻ ആയിരുന്ന ചർച്ചിൽ രണ്ടാം ബോവർ യുദ്ധത്തിലെ ഓംബർമാൻ പോരാട്ടത്തിൽ പങ്കെടുത്തു. അറുപതു വർഷത്തോളം രാഷ്ട്രീയരംഗത്തു നിറഞ്ഞുനിന്ന ചർച്ചിൽ പല രാഷ്ട്രീയ, കാബിനറ്റ് പദവികളും അലങ്കരിച്ചു. ഒന്നാം ലോകമഹായുദ്ധത്തിനു മുൻപ് ചർച്ചിൽ 1905-1915 വരെയുള്ള ലിബറൽ സർക്കാരുകളിൽ ആഭ്യന്തര സെക്രട്ടറി

ആയും പ്രസിഡന്റ് ഓഫ് ദ് ബോർഡ് ഓഫ് ട്രേഡ് ആയും സേവനമനുഷ്ഠിച്ചു. ഒന്നാം ലോകമഹായുദ്ധത്തിൽ ചർച്ചിൽ പല പദവികളും അലങ്കരിച്ചു. ഫസ്റ്റ് ലോർഡ് ഓഫ് അഡ്മിറാലിറ്റി, മിനിസ്റ്റർ ഓഫ് മ്യൂണിഷൻസ്, സെക്രട്ടറി ഓഫ് സ്റ്റേറ്റ് ഫോർ വാർ, സെക്രട്ടറി ഓഫ് സ്റ്റേറ്റ് ഫോർ എയർ എന്നീ പദവികൾ അതിൽ ഉൾപ്പെടും. ഒന്നാം ലോകമഹായുദ്ധത്തിൽ പശ്ചിമ മുന്നണിയിൽ സേവനം അനുഷ്ഠിച്ച ചർച്ചിൽ റോയൽ സ്കോട്ട്സ് ഫ്യൂസിലിയേഴ്സ്ന്റെ ആറാം ബറ്റാലിയൻ നയിച്ചു. രണ്ട് ലോക മഹായുദ്ധങ്ങൾക്കും ഇടയ്ക്കുള്ള കാലത്ത് ചർച്ചിൽ ചാൻസലർ ഓഫ് ദ് എക്സ്ചെക്കർ എന്ന പദവി വഹിച്ചു.

രണ്ടാം ലോകമഹായുദ്ധം പൊട്ടിപ്പുറപ്പെട്ടതിനു ശേഷം ചർച്ചിൽ ഫസ്റ്റ് ലോർഡ് ഓഫ് അഡ്മിറാലിറ്റി എന്ന പദവിയിൽ നിയമിക്കപ്പെട്ടു. മഹായുദ്ധത്തിൽ അഡോൾഫ് ഹിറ്റ്ലറിന്റെയും ജർമനിയുടെയും പടയോട്ടത്തെ തടഞ്ഞു നിർത്തുന്നതിൽ സഖ്യസേനയെ സഹായിച്ചത് ചർച്ചിലിന്റെ ഇടപെടലുകൾ മാത്രമാണ്. അദ്ദേഹം തന്ത്രപൂർവം കാര്യങ്ങൾ നീക്കിയതു കൊണ്ടാണ് അമേരിക്ക അടക്കമുള്ള രാജ്യങ്ങൾ യുദ്ധത്തിൽ പങ്കു ചേർന്ന് ബ്രിട്ടണെ സഹായിച്ചത്. 1940 മെയ് മാസത്തിൽ നെവിൽ ചേംബർലെയ്ൻ രാജിവെച്ചതിനെത്തുടർന്ന് ചർച്ചിൽ യുണൈറ്റഡ്

കിങ്ങ്ഡത്തിന്റെ പ്രധാനമന്ത്രി ആയി. അച്ചുതണ്ട് ശക്തികൾക്കെതിരെ ബ്രിട്ടീഷ് സൈന്യത്തെയും ജനതയെയും ചർച്ചിൽ നയിച്ചു. യുദ്ധക്കെടുതിയിലാണ്ട സഖ്യശക്തികൾക്ക് ചർച്ചിലിന്റെ പ്രസംഗങ്ങൾ ഉത്തേജനം പകർന്നു. 1945ലെ ബ്രിട്ടണിലെ പൊതുതിരഞ്ഞെടുപ്പിൽ ചർച്ചിലിന്റെ പാർട്ടി പരാജയപ്പെട്ടതിനെത്തുടർന്ന് ചർച്ചിൽ പ്രതിപക്ഷ നേതാവായി. 1951 –ൽ ചർച്ചിൽ വീണ്ടും പ്രധാനമന്ത്രിയായി. ഇതിനു മുമ്പ് ഇതേ വർഷം അദ്ദേഹം ബ്രിട്ടന്റെ പ്രതിരോധ മന്ത്രിയുമായിരുന്നു. 1953 –ൽ എലിസബത്ത് രാജ്ഞി അദ്ദേഹത്തിന് പ്രഭു പദവിയായ സർ നൽകി. അദ്ദേഹം ഭരണത്തിലിരിക്കെ നിരവധി പരിഷ്കാരങ്ങളും നിയമനിർമാണങ്ങളും നടപ്പിലാക്കി. 1955 –ൽ ചർച്ചിൽ രാഷ്ട്രീയരംഗത്തു നിന്നും വിരമിച്ചു. 1941 മുതൽ തന്നെ അദ്ദേഹത്തിന്റെ ആരോഗ്യസ്ഥിതി വളരെ മോശമായിത്തുടങ്ങിയിരുന്നു. പലതവണ അദ്ദേഹത്തിന് ഈ കാലയളവിൽ ഹൃദയാഘാതങ്ങൾ നേരിട്ടിരുന്നു. 1953 –ൽ 75–ാം വയസ്സിൽ നിരവധി തവണ പക്ഷാഘാതവും പിടിപെട്ടു. എങ്കിലും അദ്ദേഹം പൊതുജീവിതം തുടർന്നു. 1964 –ലെ തെരെഞ്ഞെടുപ്പി വരെ അദ്ദേഹം പാർലമെന്റംഗമായിരുന്നു. 1965 ജനുവരി 15 –ന് ഉണ്ടായ ശക്തമായ പക്ഷാഘാതത്തെ തുടർന്ന് ചർച്ചിൽ തീർത്തും അവശനായി. ഒൻപതു ദിവസങ്ങൾക്കു ശേഷം ലണ്ടനിലെ വസതിയിൽ വെച്ച് തന്റെ 90 –ാമത്തെ വയസ്സിൽ അദ്ദേഹം അന്തരിച്ചു. മരണശേഷം ചർച്ചിലിന്റെ രാഷ്ട്രബഹുമതികളോടെയുള്ള അന്ത്യയാത്രയിൽ ലോകരാഷ്ട്രങ്ങളുടെ തലവന്മാരുടെ ഒരു വലിയ സംഘം പങ്കെടുത്തു.

ആൽബർട്ട് ഐൻസ്റ്റീൻ

ആൽബർട്ട് ഐൻസ്റ്റീൻ ആപേക്ഷിക സിദ്ധാന്തത്തിനു രൂപം നൽകിയ ഭൗതികശാസ്ത്രജ്ഞനാണ്. ഇരുപതാം നൂറ്റാണ്ടിലെ ഏറ്റവും പ്രതിഭാധനനായ ശാസ്ത്രഗവേഷകനായി പരക്കെ അംഗീകരിക്കപ്പെടുന്നു.

ആധുനിക ഭൗതിക ശാസ്ത്രത്തിന്റെ പിതാവെന്നറിയപ്പെടുന്ന ഇദ്ദേഹം 1879 മാർച്ച് 14ന് ജർമ്മനിയിലെ ഉലമിൽ (U-lm) ഒരു ഇടത്തരം ജൂത കുടുംബത്തിൽ ജനിച്ചു. ആൽബർട്ടിന്റെ പിതാവ് ഹെർമൻ ഐൻസ്റ്റീൻ ഒരു ഇലക്ട്രിക്കൽ കട ഉടമയായിരുന്നു. അമ്മ പൗളിൻ നല്ല വിദ്യാഭ്യാസം നേടിയ ഒരു സ്ത്രീ ആയിരുന്നു. ഒരു വയസ്സുള്ളപ്പോൾ ഐൻസ്റ്റീന്റെ കുടുംബം മ്യൂണിക്കിലേക്ക് താമസം മാറ്റി. ലജ്ജാശീലനും സ്വപ്നജീവിയുമായിരുന്നു ബാലനായ ഐൻസ്റ്റീൻ. അമ്മ മനോഹരമായി പിയാനോ വായിക്കു

മായിരുന്നു. ബാലനായ ഐൻസ്റ്റീൻ അത് അവരിൽ നിന്ന് പഠിച്ചു. സാധാരണ കുട്ടികളിൽ നിന്നും വ്യത്യസ്തനായി ആൽബർട്ട് വളരെ വൈകിയാണ് സംസാരിക്കാൻ തുടങ്ങിയത്. ആറ് വയസ്സുമുതൽ അദ്ദേഹം സംഗീതത്തിൽ അതീവ തൽപരനായിരുന്നു. ശാസ്ത്രീയോപകരണങ്ങളിൽ കുട്ടിക്കാലത്തേ താൽപര്യം തോന്നിയ ഐൻസ്റ്റീൻ കണക്കിൽ അതീവ മിടുക്കനും മറ്റ് വിഷയങ്ങളിൽ ശരാശരിക്കാരനുമായിരുന്നു. പതിനഞ്ചാം വയസ്സിൽ ഐൻസ്റ്റീന്റെ കുടുംബം താമസം ഇറ്റലിയിലേക്ക് മാറ്റി. സ്വിറ്റ്സർലാന്റിലെ സൂറിച്ച് സർവ്വകലാശാലയിലായിരുന്നു ഐൻസ്റ്റീന്റെ പഠനം. ഇവിടെ അദ്ദേഹത്തിന്റെ പ്രതിഭ വികസിച്ചു. ഊർജ്ജതന്ത്രത്തിലും കണക്കിലും അദ്ദേഹം അസാമാന്യ മിടുക്ക് കാട്ടി. കുട്ടിയായിരിക്കുമ്പോൾ തന്നെ കാര്യങ്ങൾ സൂക്ഷ്മതയോടെയും ഏകാഗ്രതയോടെയും ചെയ്യുന്നതിൽ ഐൻസ്റ്റീൻ അതീവ ശ്രദ്ധ പുലർത്തിയിരുന്നു. വളരെ സാവധാനത്തിൽ നിർത്തി നിർത്തി മാത്രമേ അദ്ദേഹം എപ്പോഴും സംസാരിച്ചിരുന്നുള്ളൂ. എല്ലാ കാര്യങ്ങളും സ്വയം തന്നെ ചെയ്യാൻ അദ്ദേഹം ശ്രദ്ധിച്ചിരുന്നു.

1900 –ൽ പഠിത്തം പൂർത്തിയാക്കിയ അദ്ദേഹത്തിന് ഇഷ്ടപ്പെട്ട അദ്ധ്യാപകജോലി കിട്ടിയില്ല. അദ്ദേഹം ബെർനിയിലെ സ്വിസ്സ് പേറ്റന്റ് ഓഫീസിൽ ജോലിക്ക് ചേർന്നു. യുഗോസ്ലാവിയക്കാരി ശാസ്ത്രവിദ്യാർത്ഥിനിയായിരുന്ന മിലേവാ മാറക്കിനെ പ്രണയിച്ച അദ്ദേഹം ഒടുവിൽ അവരെ വിവാഹം ചെയ്തു. ഈ ബന്ധത്തിൽ ഇവർക്ക് രണ്ട് പുത്രന്മാർ ജനിച്ചു. ഹാൻസ് ആൽബർട്ടും എഡ്വേഡും. പിന്നീട് 1919 –ൽ ഇവർ പിരിഞ്ഞു. അതേ വർഷം തന്നെ അദ്ദേഹം തന്റെ മച്ചുനത്തിയായ എൽസ ലെവന്താളിനെ വിവാഹം ചെയ്തു. അവർ 1936 –ൽ മരിക്കുന്നതു വരെ ഐൻസ്റ്റീൻ അവരുടെ കൂടെ കഴിഞ്ഞു. ഒഴിവു സമയം ലഭിക്കുമ്പോഴെല്ലാം അദ്ദേഹം സ്വന്തം ഭൗതിക പരീക്ഷണങ്ങളിൽ മുഴുകി. അതിനിടെ 1896 –ൽ അദ്ദേഹം തന്റെ ജർമൻ പൗരത്വം വേണ്ടെന്നു പറഞ്ഞ് ഉപേക്ഷിച്ചു. ശേഷം 1901 –ൽ സ്വിസ് പൗരത്വം സ്വീകരിച്ചു. താനുൾപ്പെടുന്ന ജൂതൻമാരോടുള്ള ജർമനിയുടെ നയത്തിൽ പ്രതിഷേധിച്ചായിരുന്നു അദ്ദേഹത്തിന്റെ നടപടി. 1905 –ൽ അദ്ദേഹത്തിന്റെ അഞ്ച് ഗവേഷണപ്രബന്ധങ്ങൾ പ്രസിദ്ധീകരിക്കപ്പെട്ടു. അതിലെ വിപ്ലവകരമായ ചില ആശയങ്ങൾ ശാസ്ത്രലോകത്തെ പിടിച്ചുകുലുക്കി. അതിലൊരു പ്രബന്ധം പ്രശസ്തമായ 'ആപേക്ഷികതാ സിദ്ധാന്തം' ആയിരുന്നു (Theory of Relativitiy). അതിൽ പ്രപഞ്ചത്തിലെ വസ്തുക്കളുടെ കേവലമായ ചലനം ഒരു മിഥ്യയാണെന്നും ആപേക്ഷികമായ ചലനം മാത്രമേ ഉള്ളു എന്നും അദ്ദേഹം വാദിച്ചു. ആൽബർട്ട് ഐൻസ്റ്റൈൻ മുന്നോട്ട് വച്ച വിശിഷ്ട ആപേക്ഷികതാസിദ്ധാന്തം, സാ

മാന്യ ആപേക്ഷികതാസിദ്ധാന്തം എന്നീ രണ്ട് സിദ്ധാന്തങ്ങളെ പൊതുവായാണ് ആപേക്ഷികതാസിദ്ധാന്തം എന്ന് വിളിക്കുന്നത് (Theory of Relativitiy). ചുരുക്കരൂപത്തിൽ ആപേക്ഷികത എന്ന് മാത്രമായും പറയാറുണ്ട്.

1905 -ലാണ് ആൽബർട്ട് ഐൻസ്റ്റൈൻ തന്റെ വിശിഷ്ട ആപേക്ഷികതാ സിദ്ധാന്തം (Theory of Relativitiy) ആവിഷ്കരിച്ചത്. പത്തുവർഷത്തിനു ശേഷം 1915ൽ അദ്ദേഹം സാമാന്യ ആപേക്ഷികതാ സിദ്ധാന്തം (Theory of Relativitiy) അവതരിപ്പിച്ചു. നിരീക്ഷണം നടത്തുന്ന രീതിക്കനുസരിച്ച് നിരീക്ഷണ ഫലത്തിലും മാറ്റമുണ്ടാവുന്നുവെന്ന് വിശിഷ്ട ആപേക്ഷികതാ സിദ്ധാന്തം പറയുന്നു. ഗുരുത്വാകർഷണം മൂലം വസ്തുക്കൾക്കനുഭവപ്പെടുന്ന ഭാരവും ത്വരണവും വിശദീകരിക്കുകയാണ് സാമാന്യ ആപേക്ഷികതാസിദ്ധാന്തം ചെയ്തത്. ഇരുപതാം നൂറ്റാണ്ടിലെ ഏറ്റവും വലിയ ഭൗതികശാസ്ത്ര വിപ്ലവമായി ആപേക്ഷികതാ സിദ്ധാന്തത്തെ കണക്കാം. ആപേക്ഷികതാ സിദ്ധാന്തത്തിന്റെയും ക്വാണ്ടം ബലതന്ത്രത്തിന്റെയും വരവോടു കൂടി ശാസ്ത്രത്തിന്റെ കാഴ്ചപ്പാടുകൾ തന്നെ ക്ലാസിക്കൽ ഭൗതികമെന്നും, ക്വാണ്ടം ഭൗതികമെന്നും രണ്ടായി മാറ്റപ്പെട്ടു. ആപേക്ഷികതാസിദ്ധാന്തം ആളുകൾ മനസ്സിലാക്കിയതു കൊണ്ടല്ല അതിന്റെ ദുർഗ്രാഹ്യത കൊണ്ടാണ് കൂടുതലും അറിയപ്പെട്ടത്.

1921ൽ ഭൗതിക ശാസ്ത്രത്തിനുള്ള നോബൽ പുരസ്കാരത്തി നർഹനായി. മറ്റൊരു പ്രബന്ധത്തിൽ അദ്ദേഹം വസ്തുവും ഊർജ്ജവും തമ്മിലുള്ള ബന്ധം ചർച്ച ചെയ്തു. E= mc2 എന്ന ഈ പ്രസിദ്ധ നിർവചനത്തിന്റെ അടിസ്ഥാനത്തിലാണ് 1945 -ൽ ആറ്റംബോംബ് ഉണ്ടാക്കിയത്. ഈ കാലയളവിൽ അദ്ദേഹം യൂറോപ്പിലും അമേരിക്കയിലും നിരവധി സർവകലാശാലകളിൽ പ്രബന്ധങ്ങൾ അവതരിപ്പിക്കാനും പ്രഭാഷണങ്ങൾ നടത്താനും ക്ഷണിക്കപ്പെട്ടു.

1906ൽ സ്വിറ്റ്സർലാണ്ടിലെ സൂറിച്ച് സർവ്വകലാശാല അദ്ദേഹത്തെ പ്രൊഫസ്സറാക്കി. 1916 -ൽ അദ്ദേഹം 'ആപേക്ഷികതയുടെ പൊതുസിദ്ധാന്തം' (General Theory of Relativitiy) പ്രസിദ്ധീകരിച്ചു. അത്യന്തം സങ്കീർണ്ണമായിരുന്ന ഈ സിദ്ധാന്തം അന്ന് ലോകത്തിലെ നാലു ശാസ്ത്രജ്ഞന്മാർക്കേ മനസ്സിലായിരുന്നുള്ളുവെന്ന് പറയപ്പെടുന്നു. ഇത് അദ്ദേഹത്തെ ഒരു മഹാ ശാസ്ത്രകാരനാക്കി മാറ്റി. 1921 -ൽ അദ്ദേഹം നോബൽ സമ്മാനത്തി നർഹനായി. ഫോട്ടോ ഇലക്ട്രിക് പ്രഭാവത്തെക്കുറിച്ചുള്ള പഠനമാണ് ഐൻസ്റ്റീനെ നോബൽ സമ്മാനാർഹനാക്കിയത്. ഇക്കാലയളവിൽ അദ്ദേഹം അന്താരാഷ്ട്രകാര്യങ്ങളിലും മറ്റും സജീവമായി ഇടപെട്ടു തുടങ്ങി. അദ്ദേഹം സയണിസത്തിന്റെ ശക്തനായ വക്താവായിരുന്നു. ജൂതൻമാർ സാംസ്കാരികമായി വളരേണ്ടതിന്റെ ആവശ്യകതയെപ്പറ്റി അദ്ദേഹം പലതവണ സംസാരിച്ചു. 1920 -കളിൽ അദ്ദേഹം സമാധാനത്തിനും നിരായുധീകരണത്തിനും വേണ്ടി നിരവധി ലേഖനങ്ങളും മറ്റും എഴുതി. 1933 -ൽ ഹിറ്റ്ലറുടെ ക്രൂരതകൾ മൂലം അദ്ദേഹം യൂറോപ്പ് വിട്ടു. അമേരിക്കയിലെ പ്രിൻസ്റ്റൺ സർവകലാശാല അദ്ദേഹത്തിനൊരു ഉയർന്ന സ്ഥാനം നൽകി. തുടർന്ന് 1940 -ൽ അദ്ദേഹം അമേരിക്കൻ പൗരത്വം സ്വീകരിച്ചു. ജീവിതം മുഴുവനും അദ്ദേഹം കണക്കിലെയും ഭൗതികശാസ്ത്രത്തിലെയും സങ്കീർണ്ണമായ സമസ്യകൾക്ക് ഉത്തരം തേടിക്കൊണ്ടിരുന്നു. സ്നേഹശീലനും സൗമ്യനുമായിരുന്ന അദ്ദേഹം യുദ്ധവിരോധി കൂടിയായിരുന്നു.

മദർ തെരേസ

മദർ തെരേസ എന്ന് ലോകം ആദരപൂർവം വിളിച്ച ആഗ്നസ് ഗോംഗ്സ് ബൊയാക്സ്യു 1910 ഓഗസ്റ്റ് 26 –ന് ഇപ്പോഴത്തെ മാസിഡോണിയയുടെ തലസ്ഥാനമായസ്കോപ്ജെയിലാണ് ജനിച്ചത്. ഇന്ത്യ പ്രവർത്തന കേന്ദ്രമാക്കി നടത്തിയ ജീവകാരുണ്യ പ്രവർത്തനങ്ങളിലൂടെ ലോകശ്രദ്ധനേടിയ സന്യാസിനിയായിരുന്നു അവർ. മിഷണറീസ് ഓഫ് ചാരിറ്റി എന്ന കത്തോലിക്കാ സന്യാസിനീസഭ സ്ഥാപിച്ച് കൊൽക്കത്തയിലെ പാവപ്പെട്ടവരുടെയും അനാഥരുടെയും രോഗികളുടെയും ഇടയിൽ പ്രവർത്തിച്ച മദർ തെരേസയ്ക്ക് സേവനപ്രവർത്തനങ്ങളുടെ പേരിൽ 1979 –ൽ പരമോന്നത ബഹുമതിയായ സമാധാനത്തിനുള്ള നോബൽ പുരസ്കാരം നൽകപ്പെട്ടു. മദർ തെരേസയുടെ കീഴിൽ വളർന്ന മിഷണറീസ് ഓഫ് ചാരിറ്റി ക്രമേണ ഇതര രാജ്യങ്ങളിലേക്കും പ്രവർത്തനം വ്യാപിപ്പിച്ചു. 1970–കളോടെ ലോകമെങ്ങും

അറിയപ്പെടുന്ന സാമൂഹികപ്രവർത്തകയായി അവർ. മരണ ശേഷം ജോൺപോൾ രണ്ടാമൻ മാർപ്പാപ്പ കൊൽക്കത്തയിലെ വാഴ്ത്തപ്പെട്ട തെരേസ എന്നപേരിൽ അവരെ വാഴ്ത്തപ്പെട്ടവളായി പ്രഖ്യാപിച്ചു. തുർക്കി കേന്ദ്രമായ ഓട്ടോമൻ സാമ്രാജ്യത്തിലെ കൊസോവോ പ്രവിശ്യയിലുള്ള ഉസ്കബ് എന്ന സ്ഥലത്താണ് ആഗ്നസ് ജനിച്ചത് അവർക്ക് രണ്ടുവയസ്സുള്ളപ്പോൾ അവിടം സെർബിയ പിടിച്ചെടുത്തു. അൽബേനിയക്കാരായിരുന്നു ആഗ്നസിന്റെ മാതാപിതാക്കൾ. അച്ഛൻ നിക്കൊളെ വടക്കൻ അൽബേനിയക്കാരനും അമ്മ ദ്രാന ഗ്യാക്കോവെയിക്കാരിയും. റോമൻ കത്തോലിക്കാ വിശ്വാസങ്ങളിൽ വളർത്തപ്പെട്ട ആഗ്നസിന് എട്ടു വയസുമാത്രമുള്ളപ്പോൾ അച്ഛൻ മരിച്ചു. പെട്ടെന്നൊരു ദിവസം രോഗിയായ അദ്ദേഹം ഉടൻ മരിക്കുകയായിരുന്നു. മരണകാരണം വ്യക്തമല്ലെങ്കിലും പലരും സംശയിക്കുന്നത് അദ്ദേഹത്തെ രാഷ്ട്രീയ എതിരാളികൾ വിഷം കൊടുത്ത് കൊല്ലുകയായിരുന്നുവെന്നാണ്. മിക്കവാറും സമയം പിന്നീട് പള്ളിയിലും അമ്മയുടെ അടുത്തുമായിരുന്നു മദർ തെരേസ. അമ്മ വളരെ മികച്ച രീതിയിലാണ് അവളെ വളർത്തിയത്. ജീവകാരുണ്യപ്രവർത്തനങ്ങളും മറ്റു സൽസ്വഭാവങ്ങളും കുട്ടിയിൽ വളർത്താൻ അവർ ശ്രദ്ധിച്ചിരുന്നു. ഒരിക്കൽ അവർ നാട്ടിലെ മുഴുവൻ അഗതികളെയും വീട്ടിലേക്ക് വിളിച്ച് അവർക്ക് ഭക്ഷണം നൽകി. മദർ തെരേസയെയും അവരോടൊപ്പം ഇരുത്തി. എന്നിട്ട് പറഞ്ഞു. മോളേ മറ്റൊരാളുമായി പങ്കു വെക്കാതെ നാം ഒന്നും കഴിക്കരുത്. കൂടാതെ ബാല്യകാലത്ത് മിഷണറിമാരുടെയും മറ്റും സേവനപ്രവർത്തനങ്ങളെക്കുറിച്ചുള്ള കഥകൾ കേൾക്കാൻ ആഗ്നസ് അതീവ താല്പര്യം പ്രകടിപ്പിച്ചിരുന്നതായി ജീവചരിത്രങ്ങൾ പറയുന്നുണ്ട്. പന്ത്രണ്ടാം വയസിലെത്തിയപ്പോൾ സന്യാസിനി ആകാൻ അവൾ സ്വയം തീരുമാനിച്ചുറച്ചിരുന്നു. പതിനെട്ടാം വയസിൽ വീടുവിട്ട ആഗ്നസ് സിസ്റ്റേഴ്സ് ഓഫ് ലൊറേറ്റോ എന്ന സന്യാസിനീസഭയിൽ ചേർന്നു. അയർലണ്ടിലുള്ള ലൊറേറ്റോ ആശ്രമത്തിൽ ഇംഗ്ലീഷ് പഠനത്തിനായി അവർ അയക്കപ്പെട്ടു. അവിടെ നിന്ന് 1929ൽ ഇന്ത്യയിലെത്തി. ഡാർജിലിങ്ങിൽ ലോറേറ്റോ സന്യാസിനികളുടെ കേന്ദ്രത്തിൽ അതിഥിയായി കഴിഞ്ഞു. 1931 മേയ് 24 -നു ആഗ്നസ് സഭാവസ്ത്രം സ്വീകരിച്ചു. മിഷണറിമാരുടെ സ്വർഗ്ഗീയ മധ്യസ്ഥയായ തെരേസയുടെ പേരാണ് അവർ സന്യാസിനീ നാമമായി സ്വീകരിച്ചത്. കിഴക്കൻ കൊൽക്കത്തയിലെ ലൊറേറ്റോ കോൺവെന്റ് സ്കൂളിൽ അദ്ധ്യാപികയായിരിക്കേ 1937 മേയ് 14 -നു സിസ്റ്റർ തെരേസ നിത്യവ്രതം സ്വീകരിച്ചു.അധ്യാപകവൃത്തിയിൽ തെരേസ സംതൃപ്തയായിരുന്നെങ്കിലും കൊൽക്കത്തയിൽ ചുറ്റും നിറഞ്ഞു നിന്ന ദരിദ്രജീവിതങ്ങൾ അവരുടെ മനസ്സിനെ അസ്വ

സ്ഥമാക്കി.

1943 -ലെ ഭക്ഷ്യക്ഷാമവും 1946 -ലെ ഹിന്ദുമുസ്‌ലിം സംഘർഷങ്ങളും കൊൽക്കത്തയിലെ ജനജീവിതം ദുസ്സഹമാക്കിയിരുന്നു. ധാരാളം പേരുടെ മരണം നേരിട്ടുകണ്ട തെരേസ തന്റെ മിഷണറി ജീവിതത്തിന്റെ ധർമ്മത്തെപ്പറ്റി കാര്യമായി വിശകലനം ചെയ്തു. 1946 സെപ്റ്റംബർ 10നു വാർഷികധ്യാനത്തിനായി ഡാർജിലിങ്ങിലെ ലൊറേറ്റോ കോൺവെന്റിലേക്കുള്ള യാത്രാമധ്യേ ആണ് തെരേസ തന്റെ സന്യാസജീവിതത്തിന്റെ ദിശമാറ്റി വിടാൻ ഉറച്ച തീരുമാനത്തിലെത്തുന്നത്. ലൊറെറ്റോ സഭ വിട്ടിറങ്ങി പാവങ്ങൾക്കൊപ്പം ജീവിച്ച് അവരെ സേവിക്കുക എന്നതായിരുന്നു തെരേസ എടുത്ത തീരുമാനം. ദൈവവിളിക്കുള്ളിലെ ദൈവവിളി എന്നാണ് മദർ തെരേസ ഈ തീരുമാനത്തെ വിശേഷിപ്പിച്ചത്. 1948 മുതൽ തെരേസ പാവങ്ങൾക്കിടയിലുള്ള തന്റെ പ്രവർത്തനങ്ങൾ ആരംഭിച്ചു. ലൊറെറ്റോ സഭയുടെ വേഷങ്ങളുപേക്ഷിച്ച് നീലവരയുള്ള വെള്ളകോട്ടൺ സാരി വേഷമായി സ്വീകരിച്ചു. കൊൽക്കത്ത നഗരസഭയിൽ ഓടവൃത്തിയാക്കിയിരുന്ന ജീവനക്കാരുടെ വേഷമായിരുന്നു അത്. മോട്ടിജിൽ എന്ന സ്ഥലത്ത് ഒരു സ്കൂൾ തുടങ്ങിയാണ് തെരേസ തന്റെ പ്രവർത്തനങ്ങൾ ആരംഭിച്ചത്. ക്രമേണ അശരണരുടെയും വിശന്നുവലയുന്നവരുടെയും ഇടയിലേക്ക് സേവനങ്ങൾ വ്യാപിപ്പിച്ചു. തെരേസയുടെ പ്രവർത്തനങ്ങൾ അധികൃതരുടെ ശ്രദ്ധയാകർഷിച്ചു. ഇന്ത്യൻ പ്രധാനമന്ത്രി അവരുടെ പ്രവർത്തനങ്ങളെ പ്രശംസിച്ചു. പുതിയ പ്രവർത്തനമേഖലയിൽ ഒട്ടേറെ വിഷമഘട്ടങ്ങൾ തെരേസയ്ക്കു തരണം ചെയ്യേണ്ടതായി വന്നു. താൻ സംരക്ഷണമേറ്റെടുത്തവർക്ക് ഭക്ഷണം നൽകാൻ പലപ്പോഴും അവർക്ക് യാചിക്കേണ്ടിവന്നു. പുതിയ പ്രവർത്തനമേഖലയിൽ കടുത്ത ഒറ്റപ്പെടൽ അനുഭവിച്ച അവർ സന്യാസഭവനത്തിലെ പഴയ സുരക്ഷിതത്വത്തിലേക്ക് മടങ്ങുവാൻ പോലും ആലോചിച്ചിരുന്നു. തന്റെ കഷ്ടപ്പാടുകളേക്കാൾ എത്രയോ വലിയ കഷ്ടപ്പാടുകളായിരിക്കും ദരിദ്രരും അശരണരരുമായ നിരവധിപേർ അനുഭവിക്കുന്നത് എന്ന ചിന്ത പുതിയ ദൗത്യത്തിൽ ഉറച്ചുനിൽക്കാനുള്ള മനസാന്നിധ്യം നൽകിയതായി സിസ്റ്റർ തെരേസ ഡയറിക്കുറിപ്പുകളിൽ രേഖപ്പെടുത്തിയിട്ടുണ്ട്. 1950 ഒക്ടോബർ 7 -ന് കൊൽക്കത്താ രൂപതയ്ക്കു കീഴിൽ പുതിയ സന്യാസിനീസഭ ആരംഭിക്കാൻ വത്തിക്കാൻ തെരേസയ്ക്ക് അനുവാദം നൽകി. മിഷണറീസ് ഓഫ് ചാരിറ്റിയുടെ പ്രവർത്തനങ്ങൾക്ക് അതോടെ തുടക്കമായി. മദർ തെരേസയുടെ തന്നെ വാക്കുകളിൽ വിശക്കുന്നവരെയും നഗ്നരെയും ഭവനരഹിതരെയും അന്ധരെയും കുഷ്ഠരോഗികളെയും ആർക്കും വേണ്ടാതെ ആരാലും സ്നേഹി

ക്കപ്പെടാതെ പരിഗണിക്കപ്പെടാതെ സമൂഹത്തിൽ കഴിയുന്ന എല്ലാവരെയും പരിചരിക്കുക എന്നതാണ് മിഷണറീസ് ഓഫ് ചാരിറ്റിയുടെ ദൗത്യം. 1997 -ൽ അവർ മരണപ്പെടുന്നതിനു മുമ്പായി പ്രസ്ഥാനത്തിൽ നാലായിരത്തോളം അംഗങ്ങളുണ്ടായിരുന്നു. ഏഴു ഭൂഖണ്ഡങ്ങളിലായി 123 രാജ്യങ്ങളിൽ ഇതിന്റെ പ്രവർത്തനങ്ങൾ സജീവമാണ്. 1971 ൽ മദർ തെരേസ ന്യൂയോർക്കിലേക്ക് യാത്ര ചെയ്യുകയും അവിടെ എയ്ഡ്സ് ബാധിതർക്കു വേണ്ടിയുള്ള വിവിധ ജീവകാരുണ്യപ്രവർത്തനങ്ങളിൽ ഏർപ്പെടുകയും ചെയ്തു. അടുത്ത വർഷം ലെബനനിലെ ബെയ്റൂതിൽ പോയി അറബ്ക്രിസ്ത്യൻ കുട്ടികൾക്കു വേണ്ടി പ്രവർത്തിക്കുകയും ചെയ്തു.

ഒരുപാടു നാളായി തന്നെ അലട്ടിയ കിഡ്നി അസുഖത്തെയും ഹൃദ് രോഗത്തെയും തുടർന്ന് അവർ ശയ്യാവലംബയായി. 1997 സെപ്തംബർ 5 -ന് തന്റെ 87 -ാമത്തെ വയസ്സിൽ അവർ മരണപ്പെട്ടു. ജീവിതകാലത്തും മരണശേഷവും നിരവധി ബഹുമതികൾ അവരെ തേടിയെത്തിയിട്ടുണ്ട്. ഇന്ത്യ ഏറ്റവും വലിയ ബഹുമതിയായ ഭാരതരത്ന നൽകി അവരെ ആദരിച്ചു. സോവിയറ്റ് യൂണിയനും അവരുടെ രാജ്യത്തെ മുന്തിയ ബഹുമതി അവർക്കു നൽകിയിട്ടുണ്ട്. തന്നെക്കുറിച്ച് മദർ തെരേസ പറയുന്നതിങ്ങനെയാണ്. രക്തം കൊണ്ട് ഞാൻ അൽബേനിയക്കാരിയാണ്, പൗരത്വം കൊണ്ട് ഞാൻ ഇന്ത്യക്കാരിയാണ്, വിശ്വാസം കൊണ്ട് ഞാനൊരു കത്തോലിക്കാ സന്യാസിയാണ്. ഞാൻ ലോകത്തിന്റെ മൊത്തമാണ്. സമാധാനത്തിനും ജീവകാരുണ്യത്തിനും ജീവിതം ഇത്രയധികം മാറ്റി വെച്ച അപൂർവം വ്യക്തികളിലൊരാളാണ് മദർ തെരേസ. അൽബേനിയയുടെ സ്വാതന്ത്ര്യത്തിനു വേണ്ടിയും നിരവധി സമരങ്ങളിലും പ്രതിഷേധ പ്രവർത്തനങ്ങളിലും ഇടപെട്ട അവർ അമ്മ എന്നാണ് വിളിക്കപ്പെടുന്നത്.

സർ ഐസക് ന്യൂട്ടൺ

ശാസ്ത്രലോകം ഇന്നും അത്ഭുതത്തോടെ ഓർക്കുന്ന നാമമാണ് ഇംഗ്ലിഷുകാരനായസർ ഐസക് ന്യൂട്ടണിന്റേത്. പ്രഗല്ഭനായ ഭൗതികശാസ്ത്രജ്ഞൻ, ഗണിതജ്ഞൻ, ജ്യോതിശാസ്ത്രജ്ഞൻ, തത്വചിന്തകൻ എന്നിങ്ങനെ എല്ലാ മേഖലകളിലും തിളങ്ങി നിന്ന അദ്ദേഹം 1642 -ൽ ഡിസംബർ 25 -ന് ഒരു ക്രിസ്തുമസ് ദിനത്തിലാണ് ജനിച്ചത്. ഐസക് ന്യൂട്ടൺ എന്നു തന്നെ പേരായ ഒരു കർഷകന്റെ ഏകമകനായിരുന്നു അദ്ദേഹം. ന്യൂട്ടൺ ജനിക്കുന്നതിന് മൂന്നു മാസം മുമ്പ് അച്ഛൻ ന്യൂട്ടൺ മരിച്ചിരുന്നു.

മാസം തികയുന്നതിനു മുമ്പെ പ്രസവിക്കപ്പെട്ട ന്യൂട്ടൺ അധികകാലം ജീവിക്കുമെന്ന് ആരും കരുതിയിരുന്നില്ല. അദ്ദേഹത്തിന് മൂന്നു വയസുള്ളപ്പോൾ അമ്മ ഹന്ന ഐസ്കഫ് സമ്പന്നനും മന്ത്രിയുമായ ബർണബാസ് സ്മിത്തിനെ വിവാഹം കഴിക്കുകയും കുരുന്നു ന്യൂട്ടണെ അമ്മൂമ്മയുടെ അടുത്താക്കി അയാളുടെ

കൂടെ പോകുകയും ചെയ്തു. പിന്നീട് അമ്മൂമ്മയുടെ കൂടെ കഴിഞ്ഞ ന്യൂട്ടൺ വീട്ടിൽ നിന്നു തന്നെ പഠനം നടത്തിത്തുടങ്ങി. അദ്ദേഹത്തിനു 12 വയസ്സായപ്പോൾ അമ്മ വീട്ടിലേക്ക് തിരിച്ചു വന്നു. തന്റെ രണ്ടാമത്തെ ഭർത്താവും മരിച്ച ശേഷം അവരുടെ 3 കുട്ടികളുമായിട്ടായിരുന്നു ഹന്ന വന്നത്. അതിനു ശേഷമാണ് ന്യൂട്ടൺ ഔപചാരിക സ്കൂൾ വിദ്യാഭ്യാസം ആരംഭിച്ചത്. ആദ്യമായി ലിങ്കൺ ഷെയറിലെ ഗ്രാമർസ്കൂളിൽ ചേർന്ന് പഠിച്ചു. ഗ്രാമർസ്കൂളിൽ യാന്ത്രിക മോഡലുകൾ ഉണ്ടാക്കുന്നതിലാണ് ന്യൂട്ടൻ ശ്രദ്ധ കേന്ദ്രീകരിച്ചത്. സൺ ഡയൽ, വാട്ടർക്ലോക്ക്, നാൽ ചക്ര വാഹനം തുടങ്ങി അനവധി യാന്ത്രികമോഡലുകൾ സ്കൂൾ പഠനകാലത്ത് ഉണ്ടാക്കി. പതിനഞ്ചാമത്തെ വയസ്സിൽ വീണ്ടും ന്യൂട്ടന് പഠനം നിർത്തിവയ്ക്കേണ്ടിവന്നു. അമ്മയുടെ ആഗ്രഹം അവനെ അച്ഛനെ പോലെ കർഷകനാക്കുവാനായിരുന്നു. ഇതോടെ ന്യൂട്ടൺ കൃഷിയിടത്തിൽ പോയി ജോലി ചെയ്യാൻ നിർബ്ബന്ധിതനായി. ഈ ജോലിയിൽ അദ്ദേഹം വൻ പരാജയമായിരുന്നു. വൈകാതെ അദ്ദേഹം കിൻഗ്സ് സ്കൂളിൽ തിരിച്ചെത്തി അദ്ദേഹത്തിന്റെ പഠനം തുടർന്നു.

എന്നാൽ കൊച്ചു ബാലനിലുള്ള അസാധാരണ പ്രതിഭയെ കണ്ടെത്തിയ ന്യൂട്ടന്റെ അമ്മാവൻ 1660 -ൽ അതായത് ന്യൂട്ടന്റെ 18 -ാം വയസ്സിൽ കേംബ്രിഡ്ജിലെ ട്രിനിറ്റി കോളേജിൽ അദ്ദേഹത്തെ ചേർത്തു. അവിടെനിന്ന് പ്രകാശത്തെ കുറിച്ച് മഹാനായ ജർമൻ ശാസ്ത്രജ്ഞൻ കെപ്ലർ എഴുതിയ പുസ്തകങ്ങൾ അടക്കം നിരവധി കാര്യങ്ങൾ വായിക്കാനിടയായി. റെനെ ഡെക്കാര്ഡത്തസിന്റെ 'ജ്യോമട്രി' ആണ് വാസ്തവത്തിൽ ന്യൂട്ടനെ മൗലികമായ ചിന്തയിലേക്ക് നയിച്ചത്.

1665 -ൽ ട്രിനിറ്റി കോളേജിൽനിന്ന് ബിരുദമെടുത്തു. ഇതേ വർഷം തന്നെയാണ് പ്രസിദ്ധമായ ബൈനോമിയൽ തിയറം കണ്ടെത്തിയതും കാൽക്കുലസ് എന്ന ഗണിതശാഖയുടെ പ്രാരംഭം കുറിച്ചതും. 1665 -ലെ കുപ്രസിദ്ധമായ പ്ലേഗ് മൂലം കോളേജുകളെല്ലാം നിർത്തിവച്ചപ്പോൾ വീണ്ടും ലിങ്കൻഷയറിൽ അമ്മയുടെ കൃഷിയിടത്തിലേക്ക് തിരിച്ച് പോകേണ്ടിവന്നു. അവിടെവച്ചാണ് ആപ്പിൾ താഴേക്ക് വീഴുന്നതിന്റെ ശാസ്ത്രത്തെക്കുറിച്ച് ചിന്തിച്ച് തുടങ്ങിയത്. അദ്ദേഹം ഒരു മരച്ചുവട്ടിൽ ഇരിക്കവെ തലയിൽ ആപ്പിൾ വീണതും അതിൽ നിന്നും അദ്ദേഹം ഗുരുത്വാകർഷണത്തെ കുറിച്ചുള്ള വമ്പൻ കണ്ടുപിടിത്തം നടത്തിയതും വളരെ പ്രസിദ്ധമാണ്. ആപ്പിളിനെ താഴേക്ക് വീഴാൻ സഹായിക്കുന്ന ബലം തന്നെയാണോ ചന്ദ്രനെ അതിന്റെ സഞ്ചാരപഥത്തിൽ പിടിച്ച് നിർത്തുന്നത് എന്ന ആലോചനയായിരുന്നു അദ്ദേഹത്തിന്. കാരണം, അന്ന് വരെ നിലനിന്നിരുന്ന അരിസ്

റ്റോട്ടിലിന്റെ കനത്ത വാദങ്ങൾക്ക് എതിരായിരുന്നു അത്.

പ്രപഞ്ചത്തിലെ വസ്തുക്കളെല്ലാം രണ്ട് തരം നിയമങ്ങൾ അനുസരിക്കുന്നതായി അരിസ്റ്റോട്ടിൽ പ്രവചിച്ചിരുന്നു. ഭൂമിയിലെ വസ്തുക്കൾ ഒരുതരം നിയമങ്ങളും ആകാശത്തിലെ ഗോളങ്ങൾ മറ്റൊരുതരം നിയമങ്ങളും അനുസരിക്കുന്നു എന്നായിരുന്നു അത്. ആകാശത്തും ഭൂമിയിലും ഒരേ നിയമം അനുസരിക്കപ്പെടുന്നു എന്നു ന്യൂട്ടൻ ചിന്തിച്ചപ്പോൾ അത് ഒരു പുതിയ ആശയ വിപ്ലവത്തിന്റെ തുടക്കമായിരുന്നു. അങ്ങനെ 1666 –ൽ ന്യൂട്ടൻ ഗുരുത്വാകർഷണ നിയമം പ്രഖ്യാപിച്ചു. എന്നാൽ ചന്ദ്രന്റെ സഞ്ചാരപഥത്തെക്കുറിച്ച് പഠിച്ചപ്പോൾ അത് ന്യൂട്ടന്റെ കണക്കുകൂട്ടലിൽ നിന്നും അല്പം വ്യത്യാസമായിരുന്നു. അതിനാൽ ന്യൂട്ടൻ ഭാഗികമായി വികസിപ്പിച്ചെടുത്ത തന്റെ ഗുരുത്വാകർഷണ നിയമം തൽക്കാലം മാറ്റിവെച്ചു.

പ്രകാശത്തിന്റെ ഘടനയെക്കുറിച്ചായിരുന്നു പിന്നീട് ന്യൂട്ടന്റെ പഠനങ്ങൾ. നിറങ്ങളെക്കുറിച്ച് ബോയൽ എഴുതിയ പുസ്തകങ്ങളും കെപ്ലറുടെ എഴുത്തുകളും ന്യൂട്ടനെ വല്ലാതെ സ്വാധീനിച്ചു. ഒരു പ്രിസത്തിലൂടെ പ്രകാശകിരണം കടത്തിവിടുമ്പോൾ പ്രിസം നിറങ്ങൾ ഉൽപാദിപ്പിക്കുന്നതായി ബോയൽ പ്രസ്താവിച്ചത് ന്യൂ

ട്ടന് സ്വീകാര്യമായില്ല. അദ്ദേഹം പരീക്ഷണങ്ങളിലൂടെ അത് തെറ്റാണെന്ന് തെളിയിച്ചു. മറ്റൊരു പ്രിസം തിരിച്ചുവച്ച് ആദ്യത്തെ പ്രിസത്തിൽനിന്നുത്ഭവിക്കുന്ന നിറങ്ങളെ വീണ്ടും കൂട്ടിയോജിപ്പിച്ച് ആദ്യത്തെ പ്രകാശം തന്നെ അദ്ദേഹം സൃഷ്ടിച്ചു. പ്രിസം കൊണ്ടുള്ള പരീക്ഷണങ്ങൾ ന്യൂട്ടന് വലിയ പ്രസിദ്ധി നേടിക്കൊടുത്തു. ഇങ്ങനെ ശാസ്ത്രശാഖകളിലെ പല അടിസ്ഥാന ആശയങ്ങളും കണ്ടെത്തലുകളും ന്യൂട്ടന്റേതാണ്. ന്യൂട്ടൻ 1687 -ൽ പുറത്തിറക്കിയ ഭൂഗുരുത്വാകർഷണം, ചലന നിയമങ്ങൾ എന്നിവയെ വിശദീകരിക്കുന്ന പ്രിൻസിപിയ എന്ന ഗ്രന്ഥം ബലതന്ത്രത്തിന്റെ അടിസ്ഥാനശിലയായി കണക്കാക്കുന്നു.

തുടർന്നുള്ള മൂന്നു നൂറ്റാണ്ടുകളിൽ ഭൗതികപ്രപഞ്ചത്തിന്റെ ശാസ്ത്രീയവീക്ഷണം ഈ ഗ്രന്ഥത്തെ അടിസ്ഥാനപ്പെടുത്തിയായിരുന്നു. ഭൗമോപരിതലത്തിലുള്ള വസ്തുക്കളുടേയും ആകാശഗോളങ്ങളുടേയും ചലനം ഒരേ പ്രകൃതി നിയമങ്ങൾ അനുസരിച്ചാണെന്ന് അദ്ദേഹം തെളിയിച്ചു. പ്രകാശത്തിന്റെ കണികാസ്വഭാവം വ്യക്തമാക്കുന്ന കണികാസിദ്ധാന്തവും അദ്ദേഹത്തിന്റെ സംഭാവനയാണ്. ഗണിതത്തിൽ കലനസമ്പ്രദായങ്ങളുടെ വളർച്ചയ്ക്ക് അദ്ദേഹം നിസ്തുലമായ സംഭാവനകൾ നൽകി.ന്യൂട്ടൻ തന്റെ 29 -ാമത്തെ വയസ്സിൽ കേംബ്രിഡ്ജിൽ ലൂക്കേഷ്യൻ പ്രൊഫസർ ഓഫ് മാത്തമാറ്റിക്സ് ആയി. ഇതിന്റെയൊക്കെ പരിസമാപ്തിയായി 1668 -ൽ പ്രതിഫലന ടെലസ്കോപ്പ് നിർമിച്ചു. ന്യൂട്ടന്റെ പ്രശസ്തി ഉയർന്നതോടെ 1672 -ൽ റോയൽ സൊസൈറ്റി അദ്ദേഹത്തെ പ്രഭാഷണത്തിന് ക്ഷണിച്ചു. 1672 മുതൽ 1676 വരെ റോയൽ സൊസൈറ്റിക്ക് അയച്ച് കൊടുത്ത പ്രഭാഷണങ്ങളുടെയും നിരീക്ഷണങ്ങളുടെയും എല്ലാം സംഗ്രഹമാണ് അദ്ദേഹം 1704 -ൽ പ്രസിദ്ധീകരിച്ച 'ഓപ്റ്റിക്സ്' എന്ന പുസ്തകം. ന്യൂട്ടന്റെ ഏറ്റവും പ്രശസ്തമായ കൃതിയാണ് അദ്ദേഹത്തിന്റെ പ്രിൻസിപ്പിയ മാത്തമാറ്റിക്ക.1680 -ഓടെയാണ് പ്രിൻസിപ്പിയ എഴുതാനുള്ള സാഹചര്യം ന്യൂട്ടന് ഉണ്ടായത്. 1687 -ൽ പ്രസിദ്ധീകരിക്കപ്പെട്ട 'ഫിലോസോഫിയ നാച്ചുറാലി പ്രിൻസിപ്പിയ മാത്തമാറ്റിക്ക' എന്നു മുഴുവൻ പേരും 'പ്രിൻസിപ്പിയ' എന്ന ചുരുക്ക് പേരും ഉള്ള ന്യൂട്ടന്റെ ഗ്രന്ഥം 'പ്രകൃതിയുടെ തത്ത്വശാസ്ത്രത്തിന്റെ ഗണിതശാസ്ത്രനിയമങ്ങൾ' എന്നു ഭാഷാന്തരണം ചെയ്യാം. ഭൗതിക വിജ്ഞാനം ഉള്ളിടത്തോളംകാലം പഠിക്കാതിരിക്കാൻ കഴിയാത്തതാണ് പ്രിൻസിപ്പിയയുടെ ഉള്ളടക്കം. ശേഷം 1689 -ൽ ബ്രിട്ടിഷ് പാർലമെന്റിലേക്ക് തെരഞ്ഞെടുക്കപ്പെട്ട് പോയി തിരിച്ച് വന്നതോടെ അദ്ദേഹം രോഗശയ്യയിലായി. അവസാന കാലത്ത് ഈയത്തിൽനിന്നും രസത്തിൽ നിന്നും സ്വർണ്ണമുണ്ടാക്കാൻ സാധിക്കുമെന്ന് വിശ്വസിക്കുകയും വർഷങ്ങളോളം അതിന്

ചെലവഴിക്കുകയുമുണ്ടായി. 1725 മുതൽ തികച്ചും രോഗഗ്രസ്തനായ ന്യൂട്ടൻ തന്റെ 85-ാം വയസ്സിൽ; 1727 മാർച്ച് 19 -ന് അദ്ദേഹത്തിന് ശക്തമായ തലവേദനയും ബോധക്ഷയവും അനുഭവപ്പെട്ടു. അങ്ങനെ അടുത്ത ദിവസം അദ്ദേഹം മരണപ്പെട്ടു.

2005 -ൽ റോയൽ സൊസൈറ്റി നടത്തിയ അഭിപ്രായ സർവേയിൽ നൂറ്റാണ്ടിലെ ഏറ്റവും സ്വാധീനശക്തിയുള്ള ശാസ്ത്രപ്രതിഭയായി തിരഞ്ഞെടുത്തത് ഐസക് ന്യൂട്ടണെ ആയിരുന്നു. ലോക ചരിത്രത്തെ ഏറ്റവും സ്വാധീനിച്ച നൂറു വ്യക്തികളുടെ ഹ്രസ്വ ചരിത്രം ഉൾപെടുത്തി ദ ഹൻഡ്രഡ് എന്ന പേരിൽ മൈക്കിൾ ഹാർട്ട് 1978-ൽ പ്രസിദ്ധീകരിച്ച പുസ്തകത്തിൽ രണ്ടാമത്തെ ആൾ ന്യൂട്ടനായിരുന്നു. ആദ്യത്തെ പ്രാക്ടിക്കൽ റിഫ്ലക്ടിങ് ടെലസ്കോപ്പ് നിർമ്മിച്ചതും ന്യൂട്ടണാണ്. ബ്രിട്ടണിലെ പ്രഭുപദവിയായ സർ ലഭിച്ച രണ്ടാമത്തെ ശാസ്ത്രജ്ഞനാണ് ഐസക് ന്യൂട്ടൺ. കാൽക്കുലസിന്റെ പിതാവ് എന്ന് അദ്ദേഹം അറിയപ്പെടുന്നു. ബലത്തിന്റെ യൂണിറ്റ് ന്യൂട്ടന്റെ പേരിൽ ആണ് അറിയപ്പെടുന്നത്.

ഹെലൻ ആഡംസ് കെല്ലർ

ആർതർ കെല്ലെറിന്റെയും കാതെറിൻ ആഡംസ് കെല്ലെറിന്റെയും രണ്ടു മക്കളിൽ മൂത്തവളായി 1880 ജൂൺ 27 -നു അമേരിക്കൻ ഐക്യനാടുകളിലെ അലബാമയിൽ ജനിച്ചു. രണ്ടാം വയസിൽ ബാധിച്ച ഒരു അസുഖത്തെത്തുടർന്ന് ഹെലെന് കാഴ്ച, കേൾവി, സംസാരശേഷി എന്നിവ നഷ്ടമായി. മസ്തിഷ്ക ജ്വരം എന്നാണ് കുടുംബഡോക്ടർ അവളുടെ അസുഖത്തിന് പറഞ്ഞത്. യഥാർത്ഥത്തിൽ എന്തായിരുന്നു രോഗമെന്നത് ഇന്നും നിഗൂഢമായി നിൽക്കുന്നു. വെറും 18 മാസം പ്രായമായിരിക്കെയാണ് ഹെലന് കാഴ്ചയും കേൾവിയും നഷ്ടമാവുന്നത്.

വളർച്ചയുടെ ഘട്ടത്തിൽ ക്രമേണ കൊച്ചു ഹെലൻ തന്റെ കളിക്കൂട്ടുകാരി മാർത്തയോട് പരിമിതമായ ചില അംഗവിക്ഷേപങ്ങളിലൂടെ (ആംഗ്യഭാഷയിലൂടെ) ആശയവിനിമയം ചെയ്തു തുടങ്ങി. ഏഴു വയസിനുള്ളിൽ അവരൊന്നിച്ച് 60 -ഓളം ചിഹ

ങ്ങൾ പരസ്പരം ആശയങ്ങൾ കൈമാറുന്നതിനായി കണ്ടെത്തി. എന്നാൽ ഈ പ്രായത്തിൽ ഹെലൻ ഒരു അസാധാരണ സ്വഭാവക്കാരിയായിരുന്നു. ദേഷ്യം വരുമ്പോൾ അലറിക്കരയുക, സന്തോഷം വന്നാൽ അനിയന്ത്രിതമായി ചിരിക്കുക, അങ്ങനെ വല്ലാത്ത പ്രകൃതം. മാർത്തക്ക് പോലും അവളെ സഹിക്കുക ബുദ്ധിമുട്ടായി. ബന്ധുക്കളാവട്ടെ അവളെ ഏതെങ്കിലും സ്ഥാപനത്തിൽ ചേർക്കാൻ ഹെലന്റെ മാതാപിതാക്കളെ നിർബന്ധിച്ചുകൊണ്ടേയിരുന്നു.

നിരന്തരമായ അന്വേഷണങ്ങൾക്കൊടുവിൽ കെല്ലർ കുടുംബം ബോസ്ററണിലെ അന്ധർക്കായുള്ള പെർകിൻസ് ഇൻസ്റ്റിറ്റിയൂട്ട് എന്ന സ്ഥാപനത്തിൽ ഹെലനെ ഏൽപിക്കുവാൻ തീരുമാനിച്ചു. സ്കൂൾ സ്ഥാപന മേധാവി അവളെ ആൻ സള്ളിവൻ എന്ന യുവ അദ്ധ്യാപികയുടെ കൈകളിലേൽപിച്ചു. വളരെ പ്രതിഭാശാലികളായ അധ്യാപികയും ശിഷ്യയും തമ്മിലുള്ള 49 വർഷത്തെ ബന്ധം അവിടെ തുടങ്ങുകയായിരുന്നു. 1887 മാർച്ചിൽ സള്ളിവൻ അലബാമയിൽ കെല്ലറുടെ വീട്ടിലെത്തി തന്റെ ദൗത്യമാരംഭിച്ചു. പാവയെ പരിചയപ്പെടുത്തിക്കൊണ്ട് അവർ ഹെലന് കൈവിരൽ കൊണ്ട് അക്ഷരങ്ങൾ പഠിപ്പിച്ചു തുടങ്ങി. ആദ്യം ആകാംക്ഷ, പിന്നെ തിരസ്കാരം, നിസ്സഹകരണം ഇങ്ങനെയായിരുന്നു ഹെലന്റെ പ്രതികരണം. അവളുടെ പിരിമുറുക്കവും പിടിവാശിയും കൂടിയതെയുള്ളൂ. കുടുംബത്തിലെ മറ്റ് അംഗങ്ങളിൽ നിന്ന് മാറിത്താമസിച്ചാൽ അവളുടെ മുഴുവൻ ശ്രദ്ധയും തന്നിലേക്ക് തിരിയുമെന്ന് മനസിലാക്കിയ സള്ളിവൻ അങ്ങനെയൊരു നിർദേശം മുന്നോട്ടു വെച്ചു. താമസിയാതെ അവർ ഒരു കൊച്ചു വീട്ടിലേക്ക് മാറി.

തികച്ചും നാടകീയമായ പരിശ്രമങ്ങൾക്കൊടുവിൽ സള്ളിവൻ വെള്ളം എന്നർത്ഥമുള്ള water എന്ന പദം ഹെലനെ പഠിപ്പിച്ചു. വസ്തുവും അക്ഷരങ്ങളും തമ്മിലുള്ള ബന്ധം മനസിലാക്കിക്കൊടുക്കുന്നതിനായി അവർ അവളുടെ കൈ പൈപ്പിലൂടെ ഒഴുകുന്ന വെള്ളത്തിനടിയിൽ കൊണ്ടുവെച്ചു. ഒരു കൈയിൽ തന്റെ വിരലു കൊണ്ട് എഴുതിക്കാണിച്ചു. അത് ഹൃദിസ്ഥമാക്കിയ ഹെലൻ അക്ഷരങ്ങൾ ടീച്ചറുടെ കൈയിൽ ആവർത്തിച്ചു. അന്ന് ഇരുട്ടും മുമ്പ് അവൾ 30 വാക്കുകൾ പഠിച്ചെടുത്തു.

1890ൽ ഹെലൻ ബോസ്ററണിലെ ഹൊറൈസ് മാൻ എന്ന ബധിരവിദ്യാലയത്തിൽ ചേർന്നു. സംസാരിക്കുവാനും, ആളുകളുമായി ആശയവിനിമയം നടത്താൻ പഠിക്കാൻ എത്ര വർഷം വേണമെങ്കിലും കഠിനാധ്വാനം ചെയ്യാൻ ഹെലൻ തയ്യാറായിരുന്നു. 1894 –ൽ അവൾ ന്യൂയോർകിലെ ബധിരവിദ്യാലയമായ റൈറ്റ് ഹുമസൻ സ്കൂളിൽ ചേർന്നു. അവിടത്തെ രണ്ടു വർഷം

കൊണ്ട് ഹെലൻ തന്റെ ആശയവിനിമയ കഴിവുകൾ മെച്ചപ്പെടുത്തുന്നതിനോടൊപ്പം അക്കാദമിക വിഷയങ്ങളും പഠിക്കാനാരംഭിച്ചു. കോളേജിൽ ചേർന്നു പഠിക്കാൻ തീരുമാനിച്ച ഹെലൻ 1896 -ൽ പെൺകുട്ടികൾക്കായുള്ള കേംബ്രിഡ്ജ് സ്കൂളിൽ ചേർന്നു. ഇങ്ങനെ നിശ്ചയദാർഢ്യത്തോടെയുള്ള അവളുടെ ജീവിത കഥ പൊതുസമൂഹത്തിന് പരിചിതമായിത്തുടങ്ങിയതോടെ നിരവധി പ്രശസ്ത വ്യക്തികളുമായുള്ള കൂടിക്കാഴ്ച്ചകൾക്ക് അവസരമൊരുങ്ങി. അങ്ങനെയാണ് ഹെലൻ പ്രശസ്ത സാഹിത്യകാരൻ മാർക്ക്ടൈ്വൻനെ പരിചയപ്പെടുന്നത്. അദ്ദേഹവുമായുള്ള സൗഹൃദം വഴി അവൾ ഹെന്റി റോജെറിനെ പരിചയപ്പെട്ടു. ആ അസാധാരണ പ്രതിഭയിൽ ആകൃഷ്ടനായ റോജർ ഹെലന്റെ പഠനചെലവുകൾ വഹിക്കാം എന്നേറ്റു. അങ്ങനെ അവൾ റാഡ്ക്ലിഫ് കോളേജിലെത്തി. അവിടെയും ചാരത്തിരുന്നുകൊണ്ട് പാഠഭാഗങ്ങൾ വിവരിച്ചു കൊടുക്കാൻ സള്ളിവൻ അവളോടോപ്പമുണ്ടായിരുന്നു. ഇക്കാലം കൊണ്ട് ഹെലൻ ആശയവിനിമയം ചെയ്യുന്നതിനായി നിരവധി വഴികൾ സ്വായത്തമാക്കിയിരുന്നു. സള്ളിവനും അവരുടെ ഭാവി ജീവിതപങ്കാളി ജോൺ മാസിയുമൊത്തു ഹെലൻ തന്റെ ആദ്യപുസ്തകം രചിച്ചു. എന്റെ ജീവിത കഥ (the story of my life)എന്നായിരുന്നു പുസ്തകത്തിന്റെ പേര്. ബാല്യം മുതൽ 21 വയസു വരെയുള്ള തന്റെ ജീവിതകഥ

യായിരുന്നു ഹെലൻ കെല്ലർ ആ പുസ്തകത്തിൽ മനോഹരമായി വിവരിച്ചത്. 24 -ാം വയസിൽ റാഡ്ക്ലിഫിൽ നിന്ന് അവൾ ബിരുദപഠനം പൂർത്തീകരിച്ചു. വിവാഹശേഷവും സള്ളിവൻ ഹെലന്റെ മാർഗദർശിയായി കൂടെ നടന്നു, തന്റെ പ്രിയശിഷ്യക്കു വേണ്ടി ദിവസവും മുഴുവൻ സമയവും ചെലവഴിച്ചത് പലപ്പോഴും അവരുടെ ദാമ്പത്യജീവിതത്തെ പോലും പ്രതികൂലമായി ബാധിച്ചിരുന്നു.

കലാലയവിദ്യാഭ്യാസത്തിനു ശേഷം ഹെലൻ ആഗ്രഹിച്ചതും അധ്വാനിച്ചതും ലോകത്തെക്കുറിച്ച് കൂടുതലറിയാനും മറ്റുള്ളവരുടെ ജീവിതങ്ങൾ മെച്ചപ്പെടുത്താൻ ശ്രമിക്കാനുമാണ്. മസാച്ചുസൈറ്റിനും ഇംഗ്ലണ്ടിനും അപ്പുറത്തുള്ള ലോകവും അപ്പോഴേക്കും അവളെക്കുറിച്ച് അറിഞ്ഞുതുടങ്ങിയിരുന്നു. തന്റെ ജീവിതാനുഭവങ്ങൾ നിറഞ്ഞ ജനസദസ്സുകളുമായി പങ്കുവെച്ചുകൊണ്ടും ശാരീരിക വൈകല്യങ്ങളുമായി പിറന്നു വീണവർക്കു വേണ്ടി പ്രവർത്തിച്ചുകൊണ്ടും ഹെലെൻ കെല്ലർ ലോകപ്രശസ്തയായി. ഇരുപതാം നൂറ്റാണ്ടിന്റെ ആദ്യ പകുതി മുഴുവൻ സ്ത്രീകളുടെ പ്രശ്നങ്ങൾ, ജനന നിയന്ത്രണം തുടങ്ങി വിവിധ സാമൂഹികരാഷ്ട്രീയ പ്രശ്നങ്ങളിൽ ഇടപെട്ടുകൊണ്ടേയിരുന്നു അവർ. അന്ധർക്കു വേണ്ടിയുള്ള വിവിധ ജീവകാരുണ്യപ്രവർത്തനങ്ങളിലും

അവർക്കു വേണ്ടിയുള്ള സംഘടനകളിലും സജീവമായി ഹെലൻ പങ്കെടുത്തു. കൂടാതെ അവർ അമേരിക്കയിൽ സോഷ്യലിസ്റ്റു പാർട്ടിക്കു വേണ്ടിയും പ്രവർത്തിച്ചു. പാർട്ടിക്കു വേണ്ടി നിരവധി ലേഖനങ്ങളും ലഘുലേഖകളും എഴുതിയിരുന്നത് ഹെലൻ ആയിരുന്നു. ഇരുട്ടിനു പുറത്തേക്ക് എന്ന പേരിൽ അവർ എഴുതിയ ആനുകാലികലേഖനങ്ങളിലൂടെ സോഷ്യലിസത്തെ കുറിച്ചും മറ്റു ലോകകാര്യങ്ങളെ കുറിച്ചും ഹെലൻ കെല്ലർ തന്റെ അഭിപ്രായങ്ങൾ ജനങ്ങളുമായി പങ്കു വെച്ചു. സജീവമായി രാഷ്ട്രീയത്തിലിറങ്ങിയതിനു ശേഷം അവർക്ക് അമേരിക്കയിലെ വംശീയവാദികളുടെ എതിർപ്പുകളും അപമാനവും നേരിടേണ്ടി വന്നിരുന്നു.

1936 -ൽ ഹെലന്റെ ഗുരുനാഥയും ആത്മമിത്രവുമായ ആൻ സള്ളിവൻ മരണപ്പെട്ടു. ദീർഘകാലം അസുഖമായിരുന്ന അവരുടെ കാഴ്ചശക്തി പാടെ നശിച്ചു പോയിരുന്നു. സള്ളിവന്റെ മരണശേഷം പാളി തോംപ്സൺ എന്ന ഒരു യുവതി ദീർഘകാലം ഹെലൻ കെല്ലറെ പരിചരിച്ചു. 1946 -ൽ അമേരിക്കയിലെ അന്ധർക്കായുള്ള ഒരു ഫൗണ്ടേഷന്റെ ഉപദേശകയായി ഹെലൻ കെല്ലർ നിയമിതയായി. അതിനു ശേഷം 1946നും 1957നും ഇടയിൽ അഞ്ചു ഭൂഖണ്ഡങ്ങളിലായി 35ഓളം രാജ്യങ്ങൾ അവർ സന്ദർശിച്ചു. ഇവിടങ്ങളിലെല്ലാം വിവിധ മനുഷ്യാവകാശസാമൂഹ്യപ്രശ്നങ്ങൾ അവതരിപ്പിച്ചു കൊണ്ടുള്ള പ്രഭാഷണങ്ങളിലൂടെ ദശലക്ഷക്കണക്കിന് ജനങ്ങളെ ഇവർ ഉത്തേജിപ്പിച്ചു. 1955 -ൽ തന്റെ 75ാം -മത്തെ വയസ്സിൽ ഏഷ്യയിലൂടെ 44,000 മൈൽ അവർ യാത്ര ചെയ്തു.

1961 -ൽ പലതവണ അവർക്ക് പക്ഷാഘാതം പിടിപെട്ടു. അതോടെ ജീവിതകാലമത്രയും അമേരിക്കയിലെ കണക്റ്റിക്കട്ടിലെ വീട്ടിൽ അവർ ചെലവഴിച്ചു. അതിനിടെ നിരവധി അംഗീകാരങ്ങളും സർവകലാശാലകളുടെ ഡോക്ടറേറ്റ് പദവികളും അവരെ തേടിയെത്തി. 1968 ജൂൺ ഒന്നിന് തന്റെ 88 -ാം ജന്മദിനത്തിന് ദിവസങ്ങൾ മാത്രമിരിക്കെ ഹെലൻ കെല്ലർ മരണപ്പെട്ടു. ഏതൊരു പ്രതികൂല സാഹചര്യത്തെയും കീഴടക്കി നിശ്ചയദാർഢ്യവും മനക്കരുത്തും കൈമുതലാക്കി ഉയരങ്ങൾ കീഴടക്കുവാനാകുമെന്ന് തന്റെ സംഭവബഹുലമായ ജീവിതത്തിലൂടെ കാണിച്ചു തരികയായിരുന്നു ഹെലൻ ആഡംസ് കെല്ലർ.

എബ്രഹാം ലിങ്കൺ

അമേരിക്ക കണ്ട ഏറ്റവും പ്രഗത്ഭനായ പ്രസിഡന്റാണ് എബ്രഹാം ലിങ്കൺ. അമേരിക്കൻ സമൂഹത്തിൽ സമത്വമെന്ന ആശയത്തിന് ജീവൻ നൽകിയ പ്രസിഡന്റായ അദ്ദേഹം നിശ്ചയദാർഢ്യത്തിന്റെയും മനക്കരുത്തിന്റെയും പ്രതീകമാണ്. അടിമത്തം എന്ന കിരാത വ്യവസ്ഥക്ക് അറുതി വരുത്തിയ അദ്ദേഹം എക്കാലത്തും സ്മരിക്കപ്പെടുന്ന വ്യക്തിയാണ്.1809 ഫെബ്രുവരി 12 -ന് കെന്റക്കി സംസ്ഥാനത്തെ ഹാർഡിൻ കൗണ്ടിയിലെ സിങ്കിങ്ങ് സ്പ്രിങ്ങ് ഫാമിൽ തോമസ് ലിങ്കണിന്റേയും നാൻസി ഹാങ്ക്സിന്റെയും മകനായാണ് അബ്രഹാം ലിങ്കൺ ജനിച്ചത്. അപ്പലേഷിയൻ മലനിരകളുടെ പടിഞ്ഞാറു ഭാഗത്ത് ജനിച്ച ആദ്യത്തെ അമേരിക്കൻ പ്രസിഡന്റാണ് ലിങ്കൺ. വിർജീനിയയിൽ ജനിച്ച ലിങ്കണിന്റെ മാതാപിതാക്കൾ ഇടത്തരം കർഷകകുടുംബത്തിലെ അംഗങ്ങളായിരുന്നു. അദ്ദേഹത്തിന്റെ മുത്തച്ഛനായിരുന്ന അബ്ര

ഹാം ലിങ്കൺ

1780 -കളുടെ ആദ്യപാദത്തിൽ വിർജീനിയയിലെ റോക്കിങ്ങ്ഹാം കൗണ്ടിയിൽ നിന്നും കെന്റക്കിയിലേക്ക് കുടിയേറി. തോമസ്, സാറ എന്നു പേരായ രണ്ടു സഹോദരങ്ങളായിരുന്നു ലിങ്കണ്. പ്രായത്തിൽ ലിങ്കണേക്കാൾ ഇളയതായിരുന്ന തോമസ് 1812 ലും 2 വർഷം മൂത്ത സഹോദരി സാറ 1828 -ലും മരണമടയുകയുണ്ടായി. 1816 -ൽ ഒരു കോടതി വ്യവഹാരത്തിൽ വസ്തുപ്രമാണത്തിലെ ചില സാങ്കേതികപ്രശ്നങ്ങൾ കാരണം ലിങ്കൺ കുടുംബത്തിന് സിങ്കിങ്ങ് സ്പ്രിങ്ങ് ഫാമിനുമേലുള്ള അവകാശം നഷ്ടമായി. അതോടെ തന്റെ കുടുംബത്തെ ഇൻഡ്യാന സംസ്ഥാനത്തെ സ്പെൻസർ കൗണ്ടിയിലേക്ക് പറിച്ചുനടേണ്ടി വന്നു തോമസ് ലിങ്കണ്. 1818 ഒക്ടോബർ അഞ്ചാം തിയതി, അബ്രഹാം ലിങ്കണിന്റെ ഒൻപതാം വയസ്സിൽ അമ്മ നാൻസി പശുവിൽ പാലിൽ നിന്നുള്ള വിഷബാധയേറ്റ് മരണമടഞ്ഞു. അതേവർഷം തന്നെ പിതാവ് തോമസ്, കെന്റക്കിയിലെ എലിസബത്ത് ടൗണിൽ നിന്നുള്ള വിധവയായ സാലി ബുഷ് ജോൺസ്റ്റണെ വിവാഹം കഴിച്ചു. അമ്മ മരിക്കുമ്പോൾ വെറും 9 വയസ്സു മാത്രമായിരുന്നു എബ്രഹാമിന്. അച്ഛന്റെ രണ്ടാം ഭാര്യയാണ് അദ്ദേഹത്തിൽ എഴുത്തും വായനയും പ്രോത്സാഹിപ്പിക്കുന്നത്. അവർ ലിങ്കണ് ഏതാണ്ട് 18 മാസം നീണ്ടു നിന്ന ഔപചാരിക വിദ്യാഭ്യാസം നേടിക്കൊടുത്തു. ഇതിനിടെ അദ്ദേഹം കുടുംബ ബൈബിൾ, റോബിൻസൺ ക്രൂസോ, ഈസോപ്പ് കഥകൾ തുടങ്ങിയ പുസ്തകങ്ങൾ വായിച്ചു. 1830 -ൽ ഇൻഡ്യാനയിൽ വച്ച് സാമ്പത്തികവും വസ്തുപ്രമാണങ്ങൾ സംബന്ധിച്ചുള്ളതുമായ കൂടുതൽ

പ്രശ്നങ്ങൾ നേരിടേണ്ടി വന്നതു കാരണം ലിങ്കൺ കുടുംബത്തിന് വീണ്ടും ഇല്ലിനോയി സംസ്ഥാനത്തെ മേക്കൺ കൗണ്ടിയിലേക്ക് മാറി താമസിക്കേണ്ടി വന്നു. തന്റെ 22 -ാം വയസ്സിൽ അബ്രഹാം ലിങ്കൺ, സ്വന്തം നിലയിൽ ഒരു ജീവിതം പടുത്തുയർത്താനുറച്ച് വീടു വിട്ടിറങ്ങി സാംഗമൺ നദീമാർഗ്ഗം ന്യൂ സെയ്‌ലം എന്ന ഇല്ലിനോയി ഗ്രാമത്തിലേക്ക് തിരിച്ചു. അവിടെ വച്ച് ഡെന്റൺ ഒഫ്യൂറ്റ് എന്ന കച്ചവടക്കാരന്റെ കീഴിൽ നദീമാർഗ്ഗം ചരക്കു കോണ്ടുപോകുന്ന തൊഴിലാളിയായി പ്രവർത്തിച്ചു. തുടർന്ന് വേറെയും കൈത്തൊഴിലുകൾ ചെയ്യുന്നതിനിടെ അദ്ദേഹം ജനങ്ങളുമായി നന്നായി ഇടപെടുകയും നല്ല രീതിയിൽ പ്രസംഗിക്കുവാനും ആശയങ്ങൾ കൈമാറുവാനും പഠിച്ചു. ശേഷം 1832 -ൽ പൊട്ടിപ്പുറപ്പെട്ട ആഭ്യന്തരയുദ്ധത്തിനിടെ അദ്ദേഹം വളരെ നന്നായി ജനങ്ങൾക്കു വേണ്ടി പ്രവർത്തിക്കുകയും ഒരുപാട് രാഷ്ട്രീയ ബന്ധങ്ങൾ ഉണ്ടാക്കുകയും ചെയ്തു. തുടർന്ന് 1834 -ൽ പ്രമുഖരാഷ്ട്രീയ പാർട്ടിയായ വിഗിൽ ചേർന്നു. 1837 -ൽ സ്പ്രിംഗ്ഫീൽഡിലേക്ക് മാറി അവിടെ സ്റ്റുവർട്ട് നിയമ സ്ഥാപനത്തിൽ അഭിഭാഷകനായി പരിശീലനം നേടുകയും ചെയ്തു. തുടർന്ന് അവിടെ നിന്ന് പരിചയപ്പെട്ട ആൻ റുട്‌ലെജ് എന്ന പെൺകുട്ടിയുമായി പ്രണയത്തിലായി. എന്നാൽ വിവാഹം കഴിക്കുന്നതിനു മുമ്പായി പനി വന്ന് ആൻ മരിച്ചു. ശേഷം മേരി ടോട് എന്ന വിദ്യസമ്പന്നയും കുലീനയുമായ യുവതിയുമായി പരിചയത്തിലാ

വുകയും നവംബർ 4, 1842 -ന് അവരെ വിവാഹം ചെയ്യുകയും ചെയ്തു. ഇവർക്ക് നാലു കുട്ടികളുണ്ടായി. പരാജയങ്ങളിൽ തളരാതെ ജീവിതം മുന്നോട്ടു കൊണ്ടു പോകണമെന്ന് പഠിപ്പിച്ച അദ്ദേഹം പലതവണ പരാജയപ്പെട്ട ശേഷമാണ് അമേരിക്കൻ കോൺഗ്രസിലേക്ക് തിരഞ്ഞെടുക്കപ്പെട്ടത്.

അമേരിക്കൻ ഐക്യനാടുകളുടെ 16 -ാം പ്രസിഡന്റാണ് അദ്ദേഹം. അമേരിക്കൻ ഐക്യനാടുകളിലെ ഏറ്റവും വലിയ ആഭ്യന്തര പ്രതിസന്ധിയായിരുന്ന അമേരിക്കൻ സിവിൽ യുദ്ധകാലത്ത് രാജ്യത്തെ വിജയകരമായി മുന്നോട്ട് നയിച്ച നേതാവായിരുന്നു അബ്രഹാം ലിങ്കൺ. അമേരിക്കയിലെ അടിമത്തത്തിനെതിരെയുള്ള പോരാട്ടത്തിന്റെ മുഖ്യനായകനായിരുന്ന അദ്ദേഹം 1860 -ൽ നടന്ന തിരഞ്ഞെടുപ്പിൽ റിപ്പബ്ലിക്കൻ പാർട്ടിയുടെ സ്ഥാനാർഥിയായി മത്സരിച്ച് പ്രസിഡന്റ് സ്ഥാനത്തേക്ക് തിരഞ്ഞെടുക്കപ്പെട്ടു. അമേരിക്കൻ ഐക്യനാടുകളുടെആദ്യത്തെ റിപ്പബ്ലിക്കൻ പ്രസിഡന്റായിരുന്നു ലിങ്കൺ. പ്രസിഡന്റായി തിരഞ്ഞെടുക്കപ്പെടുന്നതിനു മുൻപ് അഭിഭാഷകൻ, ഇല്ലിനോയി സംസ്ഥാനത്തിൽ നിയമസഭാസാമാജികൻ, അമേരിക്കൻ കോൺഗ്രസ്സിലെ അധോമണ്ഡലമായ ഹൗസ് ഓഫ് റെപ്രസെന്റേറ്റീവ്സ് അംഗം, പോസ്റ്റ്മാൻ എന്നീ നിലകളിൽ പ്രവർത്തിച്ചിട്ടുണ്ട്. അമേരിക്കൻ ആഭ്യന്തര യുദ്ധം, വിഘടനവാദ നിലപാടുകൾ പുലർത്തിയിരുന്ന അമേരിക്കൻ കോൺഫെഡറേറ്റ് സംസ്ഥാനങ്ങളുടെ തോൽവി എന്നിവകൊണ്ട് സംഭവബഹുലമായിരുന്നു അദ്ദേഹത്തിന്റെ പ്രസിഡൻസി കാലഘട്ടം. പ്രസിഡന്റായിരിക്കെ അടിമത്തം അവസാനിപ്പിക്കുന്നതിനായി ശക്തമായ നിലപാടു കൈക്കൊണ്ട ലിങ്കൺ സ്വീകരിച്ച പ്രധാന നിയമ നടപടിയാണ് 1863 -ലെ വിമോചന വിളംബരം അഥവ Emancipation Proclamation. അമേരിക്കൻ ഐക്യനാടുകളിൽ അടിമത്തം പൂർണ്ണമായും നിരോധിച്ച ഭരണഘടനയുടെ പതിമൂന്നാം ഭേദഗതിക്കുള്ള അടിസ്ഥാനമായി മാറി ഈ വിമോചന വിളംബരം. 1865 ഏപ്രിൽ 14 വെള്ളിയാഴ്ച്ച വാഷിങ്ടൺ, ഡി.സി.യിലെ ഫോർഡ്സ് തിയറ്ററിൽ വെച്ച്, നടനും കോൺഫെഡറേറ്റ് അനുകൂലിയുമായ ജോൺ വിൽക്കിസ് ബൂത്ത് എന്നയാളുടെ വെടിയേറ്റാണ് ലിങ്കൺ മരണമടഞ്ഞത്. അമേരിക്കൻ ചരിത്രത്തിൽ, വധിക്കപ്പെട്ട ആദ്യത്തെ പ്രസിഡന്റും പദവിയിലിരിക്കെ അന്തരിച്ച രണ്ടാമത്തെ പ്രസിഡന്റുമാണ് അബ്രഹാം ലിങ്കൺ. ഇന്ത്യയുടെ തപാൽ സ്റ്റാമ്പിൽ ഇടം പിടിച്ച ആദ്യ അമേരിക്കൻ പ്രസിഡന്റാണ് ലിങ്കൺ.

മാർട്ടിൻ ലൂതർ കിംഗ് ജൂനിയർ

റവറന്റ് മാർട്ടിൻ ലൂതർ കിംഗ് സീനിയർ, അൽബെർട്ട വില്ല്യംസ് കിംഗ് എന്നിവരുടെ പുത്രനായി 1929 ജനുവരി 15 –ന് അമേരിക്കയിലെ അറ്റ്ലാന്റയിലാണ് ജനിച്ചത്. പിതാവിന്റെ ആദ്യനാമധേയം മൈക്കൽ കിംഗ് എന്നായിരുന്നതിനാൽ മൈക്കൽ ലൂതർ കിംഗ് ജൂനിയർ എന്നായിരുന്നു ആദ്യത്തെ പേര്. 1935 –ൽ മൈക്കെൽ കിംഗ് സീനിയർ, ജർമ്മൻ പ്രൊട്ടസ്റ്റന്റായിരുന്ന മാർട്ടിൻ ലൂതറിനോടുള്ള ബഹുമാനാർഥം, തന്റെ പേര് മാർട്ടിൻ ലൂതർ കിംഗ് സീനിയർ എന്നും പുത്രന്റെ പേര് മാർട്ടിൻ ലൂതർ കിംഗ് ജൂനിയർ എന്നും ആക്കി മാറ്റി. എബെൻസർ ബാപ്ടിസ്റ്റ് ചർച്ചിന്റെ പാതിരിയായി ആരംഭിച്ച സീനിയർ കിംഗ് പിന്നീട് മന്ത്രിയായി.

കൊച്ചു മാർടിൻ സഹോദരിക്കും സഹോദരനുമൊപ്പം നല്ല

അന്തരീക്ഷത്തിൽ വളർന്നു. അച്ഛന്റെ അച്ചടക്ക നടപടികളുടെ രൂക്ഷത അമ്മയുടെ സ്നേഹം നിറഞ്ഞ പെരുമാറ്റത്തിൽ അലിഞ്ഞില്ലാതായി. എത്ര ശ്രമിച്ചിട്ടും കുട്ടികളെ വംശീയതയിൽ നിന്ന് സംരക്ഷിക്കാൻ ആ മാതാപിതാക്കൾക്കായില്ല. സീനിയർ മാർടിൻ വംശീയതയെ എതിർത്തത് തന്റെ സമൂഹം ദുരിതമനുഭവിക്കുന്നത് കൊണ്ട് മാത്രമായിരുന്നില്ല, ദൈവത്തിന്റെ മുന്നിൽ അതൊരു പാപമാണെന്ന് അദ്ദേഹം വിശ്വസിച്ചു. തന്റെ കുട്ടികളിൽ ഏതെങ്കിലും തരത്തിലുള്ള അധികാര ഭാവം വളർന്നു വരുന്നത് അദ്ദേഹം കണിശമായി തടഞ്ഞിരുന്നു.

യുവാവായ മാർടിൻ മതത്തെ ചോദ്യം ചെയ്തുകൊണ്ടേയിരുന്നു. ആരാധനയെന്ന വൈകാരിക പ്രദർശനങ്ങളോട് അവനു യോജിക്കാനായില്ല. 15 -ാം വയസ്സിൽ മോർഹൊസ് കോളേജിൽ ചേർന്ന മാർട്ടിൻ ലൂതർ കിംഗ് ജൂനിയർ, 1948 -ൽ സാമൂഹ്യശാസ്ത്രത്തിൽ ബി.എ ബിരുദം കരസ്ഥമാക്കി. തുടർന്ന്, പെൻസിൽവാനിയ സംസ്ഥാനത്തിലെ ചെസ്റ്റർ നഗരത്തിലെ ക്രോസർ തിയോളോജിക്കൽ സെമിനാരിയിൽനിന്നും, 1951 -ൽ ബാച്ചിലർ ഓഫ് ഡിവൈനിറ്റി ഡിഗ്രി കരസ്ഥമാക്കുകയും ചെയ്തു. ബോസ്റ്റൺ യൂണിവേർസിറ്റിയിൽനിന്നും 1955 -ൽ സിസ്റ്റമിക് തിയോളജിയിൽ ഡോക്റ്ററേറ്റ് നേടി. 1953 -ൽ തന്റെ 24 -ാമത്തെ വയസ്സിൽ അദ്ദേഹം അലബാമ സംസ്ഥാനത്തിലെ മോണ്ട്ഗോമറിയിലെ ഡെക്സ്റ്റർ അവന്യൂ ബാപ്റ്റിസ്റ്റ് പള്ളിയിൽ പാസ്റ്ററായി.

1955 മാർച്ച് 22 –ന് ഒരു 15 വയസുകാരി തന്റെ സീറ്റ് വെള്ളക്കാരന് ഒഴിഞ്ഞു കൊടുക്കാൻ വിസമ്മതിച്ചു. അവൾ അറസ്റ്റ് ചെയ്യപ്പെട്ടു. വീണ്ടും സമാനമായ പ്രശ്നങ്ങൾ ഉയർന്നു വന്നു. മോണ്ട്ഗോമറിയിലെ എൻ. എ. എ. സി. പി തലവനായിരുന്ന ഇ. ഡി. നിക്സൺ ആസൂത്രണം ചെയ്ത മോണ്ട്ഗോമറി ബസ് ബഹിഷ്കരണസമരത്തിന്റെ തലവനായി നിയമിക്കപ്പെട്ടത് മാർട്ടിനായിരുന്നു. തന്റെ പ്രസംഗത്തിൽ അദ്ദേഹം പ്രഖ്യാപിച്ചു 'സമരം ചെയ്യുകയല്ലാതെ നമുക്ക് വേറെ വഴിയൊന്നുമില്ല. ഒരുപാട് വർഷങ്ങളായി നമ്മൾ അത്യദ്ഭുതകരമായ ക്ഷമയവലംബിക്കുകയാണ്. നമ്മുടെ വെളുത്ത സഹോദരങ്ങൾ കരുതുന്നത് അവർ നമ്മെ പരിഗണിക്കുന്ന രീതിയിൽ നമ്മൾ തൃപ്തരാണ് എന്നാണ്. സ്വാതന്ത്ര്യത്തിനും നീതിക്കും കുറഞ്ഞ ഒന്നിലും ഇനി നമ്മൾ ക്ഷമാലുക്കളാവില്ല'. നിരന്തരം നടത്തിയ നിയമയുദ്ധങ്ങൾ ക്കൊടുവിൽ പൊതു ഗതാഗത ഇടങ്ങളിലെ വേർതിരിവ് എടുത്തുമാറ്റി.1959 –ൽ അഹിംസാ സമരത്തിലൂടെ വിജയത്തിലെത്തിയ ഗാന്ധിയിൽ പ്രചോദിതനായി കിംഗ് ഇന്ത്യയിൽ ഗാന്ധിയുടെ ജന്മസ്ഥലം സന്ദർശിച്ചു. അമേരിക്കൻ പൗരാവകാശ സമരങ്ങൾക്ക്

വേണ്ടി പൊരുതാൻ ആ യാത്ര അദ്ദേഹത്തിനു കൂടുതൽ ഊർജം പ്രദാനം ചെയ്തു. ഗാന്ധിയുടെ അധ്യാപനങ്ങൾ പഠിച്ചിട്ടുള്ള, ആഫ്രികൻ-അമേരിക്കൻ പൗരാവകാശ പ്രവർത്തകനായ ബയാഡ് റസ്റ്റിൻ മാർട്ടിന്റെ സഹായികളിലൊരാളായി.

1960 ഫെബ്രുവരിയിൽ ആഫ്രിക്കൻ-അമേരിക്കൻ വിദ്യാർഥികൾ പുതിയതരം അക്രമേതര സമരരീതികൾ ആവിഷ്കരിച്ചു. സിറ്റി സ്റ്റോറുകളിൽ വെള്ളക്കാർക്കായി വേർതിരിച്ച സീറ്റുകളിൽ ചെന്നിരിക്കുക, എഴുന്നേറ്റു പോവാൻ ആവശ്യപ്പെടുമ്പോൾ ആംഗ്യങ്ങളിലൂടെ അവരെ നേരിടുക. രാജ്യത്തിന്റെ മറ്റു ഭാഗങ്ങളിലും ഈ സമരരീതി അതിവേഗം വ്യാപിച്ചു. ഇത്തരം അക്രമേതര സമരങ്ങളെ മാർട്ടിൻ ലൂതർ കിംഗ് വേണ്ടുവോളം പ്രോത്സാഹിപ്പിച്ചിരുന്നു. ഓഗസ്റ്റ് ആയപ്പോഴേക്കും ഈ ഇരുത്ത സമരങ്ങൾ വിജയം കണ്ടു, ഇരിപ്പിടങ്ങളിലെ വേർതിരിവ് പല നഗരങ്ങളിലും ഒഴിവാക്കി.

1960 -കളോടെ മാർടിൻ ദേശീയതലത്തിൽ പ്രസിദ്ധിയാർജിച്ചിരുന്നു. വെള്ളക്കാർ അദ്ദേഹത്തെ മാനസികമായും ശാരീരികമായും പീഢിപ്പിക്കുകയും വേട്ടയാടുകയും ചെയ്തു. 1968 ആകുമ്പോഴേക്കും വധഭീഷണികൾ തുടർച്ചയായി വന്നു കൊണ്ടിരുന്നു. പിതാവിന്റെ കൂടെ സഹ പാതിരിയായി അറ്റ്ലാന്റയിലേക്ക് മടങ്ങിയെങ്കിലും അവകാശ സമരങ്ങൾ തുടർന്നു.

1968ൽ ഏപ്രിൽ 3-ന് തന്റെ വിമർശകരെ ലക്ഷ്യമിട്ട് അദ്ദേഹം ഒരു വൻ പ്രഭാഷണം നടത്തി. അടുത്ത ദിവസം ലോറന്റ് മോട്ടലിന്റെ ബാൽകണിയിൽ നിൽക്കവെ ജെയിംസ് ഏൾ റേ എന്നൊരാൾ മാർട്ടിൻ ലൂതർ കിങ്ങിന് നേരെ വെടിയുതിർത്തു. അദ്ദേഹം അവിടെ വെച്ച് കൊല്ലപ്പെട്ടു. കൊലയെ തുടർന്ന് രാജ്യത്തിന്റെ വിവിധ നഗരങ്ങളിൽ കലാപം പൊട്ടിപ്പുറപ്പെട്ടു. 1969 -ൽ റേ കീഴടങ്ങുകയും അയാൾക്ക് 99 വർഷം ജയിൽശിക്ഷ വിധിക്കുകയും ചെയ്തു. 1998 ഏപ്രിൽ 23 -ന് ജയിലിൽ വെച്ച് ഇയാൾ മരണപ്പെട്ടു. അമേരിക്കയിലെ വംശീയപ്രശ്നങ്ങളിൽ ശക്തമായ രാഷ്ട്രീയ ഇടപെടലുകൾ നടത്തി കറുത്ത വർഗക്കാർക്ക് മാന്യമായ ഭാവി യാഥാർഥ്യമാക്കിയതിൽ മാർട്ടിൻ ലൂതർ കിങ്ങിന്റെ പങ്ക് നിസ്തുലമാണ്.

വില്ല്യം ഷേക്സ്പിയർ

ലോകചരിത്രത്തിലെ ഏറ്റവും മഹാനായ എഴുത്തുകാരനും നാടകകൃത്തുമായി കണക്കാക്കപ്പെടുന്ന ഇംഗ്ലീഷ് സാഹിത്യകാരനാണ് വില്യം ഷേക്സ്പിയർ. ഏപ്രിൽ 1564 –ൽ സ്നിറ്റർഫീൽഡിലെ കയ്യുറ നിർമാതാവും ആൽഡർമാനുമായിരുന്ന ജോൺ ഷേക്സ്പിയറിന്റെയും മേരി ആർഡന്റെയും മകനായി ജനിച്ചു. ഹെൻലീ തെരുവിലെ അദ്ദേഹത്തിന്റെ കുടുംബ വീട്ടിലാണ് ഷേക്സ്പിയർ ജനിച്ചത് എന്നു കരുതപ്പെടുന്നു. പള്ളി രേഖ അനുസരിച്ച് 1564 ഏപ്രിൽ 26 –നാണ് ഷേക്സ്പിയറിനെ മാമ്മോദീസ മുക്കിയത്. അത് കൊണ്ട് സെ. ജോർജ്ജ് ദിനം കൂടിയായ 1564 ഏപ്രിൽ 23 –നാണ് ഷേക്സ്പിയർ ജനിച്ചത് എന്നാണ് വിശ്വസിച്ച് വരുന്നത്. മറ്റൊരു ഏപ്രിൽ 23 –ന് തന്നെയാണ് ഷേക്സ്പിയർ മരിച്ചത് എന്നത് കൗതുകകരമായ ഒരു വസ്തുതയാണ്. എട്ട് ഷേക്സ്പിയർ സഹോദരങ്ങളിൽ മൂന്നാമനായിരുന്നു.

അദ്ദേഹത്തിന്റെ ചെറുപ്പകാലത്തെക്കുറിച്ചുള്ള ആധികാരികമായ വിവരങ്ങൾ ഇന്ന് ലഭ്യമല്ലെങ്കിലും അദ്ദേഹം സ്ട്രാറ്റ്ഫോർഡിലെ കിങ് എഡ്വേർഡ് VI സ്കൂളിൽ ആണ് പഠിച്ചത് എന്നാണ് മിക്ക ജീവചരിത്രകാരന്മാരും അനുമാനിക്കുന്നത്. അന്ന് ഇംഗ്ലണ്ടിലെ സ്കൂളുകളിലെ പതിവനുസരിച്ച് ലാറ്റിൻ ഭാഷയിലും ക്ലാസിക്കൽ സാഹിത്യത്തിലും തീവ്രമായ പഠനം അദ്ദേഹത്തിന് ലഭിച്ചിട്ടുണ്ടാവാം എന്നിവർ പറയുന്നു. ഷേക്സ്പിയർ തന്റെ പതിനെട്ടാം വയസ്സിൽ ഇരുപത്തിയാറുകാരിയായ ആൻ ഹാതവേ എന്ന യുവതിയെ വിവാഹം കഴിച്ചു. വോർസെസ്റ്ററിലെ ആംഗ്ലിക്കൻ ഭദ്രാസനം ഈ വിവാഹത്തിന് 27 നവംബർ 1582 എന്ന തിയതിയിൽ സർട്ടിഫിക്കറ്റ് നൽകിയിട്ടുണ്ട്. വിവാഹത്തിന് ആറു മാസത്തിന് ശേഷം ആൻ തന്റെ ആദ്യ പുത്രിയായ സുസന്ന ഹാളിന് ജന്മം നൽകി. സൂസന്നയുടെ മാമോദീസാ ചടങ്ങ് 26 മേയ് 1583 -ാം തിയതിയിലാണ് നടത്തിയത്. രണ്ട് വർഷത്തിന് ശേഷം ഹാംനെറ്റ് എന്നും ജൂഡിത്ത് എന്നും പേരുള്ള രണ്ട് ഇരട്ടക്കുട്ടികൾ കൂടി ഷേക്സ്പിയറിന് ഉണ്ടായി. എന്നാൽ ഹാംനെറ്റ് തന്റെ 11 -ാം വയസ്സിൽ അകാലത്തിൽ മരിച്ചു പോയത് ഷേക്സ്പിയറിനെ വേദനിപ്പിച്ചു.

ഇരട്ടക്കുട്ടികളുടെ ജനനത്തിന് ശേഷം 1592 വരെയുള്ള ഷേക്സ്പിയറിന്റെ ജീവിതത്തെക്കുറിച്ച് ആധികാരിക രേഖകൾ കുറവാണ്. അതുകൊണ്ട് തന്നെ 1585 തൊട്ട് 1592 വരെയുള്ള കാലഘട്ടത്തെ പണ്ഡിതർ 'നഷ്ടപ്പെട്ട വർഷങ്ങൾ' എന്ന് വിളിക്കുന്നു. ഈ കാലഘട്ടത്തെക്കുറിച്ച് നിരവധി കഥകൾ ഉണ്ട്. ഷേക്സ്പിയറിന്റെ ആദ്യ ജീവചരിത്രകാരനായ നിക്കോളാസ് റോ ഷേക്സ്പിയർ മാൻ വേട്ട കാരണം പിടിയിലാവുമെന്ന് കരുതി ശിക്ഷയിൽ നിന്ന് രക്ഷപ്പെടുവാൻ സ്ട്രാറ്റ്ഫോർഡിൽ നിന്ന് പലായനം ചെയ്തതായി പറയുന്നുണ്ട്. മറ്റൊരു കഥയനുസരിച്ച് ഷേക്സ്പിയർ ലണ്ടനിലെ നാടകസമിതി ഉടമകളുടെ കുതിരയെ മേക്കുന്ന ആളുമായിരുന്നു.

ജോൺ ഓബ്രി ഷേക്സ്പിയർ ഒരു സ്കൂൾ അദ്ധ്യാപകൻ ആയിരുന്നു എന്നാണ് രേഖപ്പെടുത്തിയിരിക്കുന്നത്. ഇരുപതാം നൂറ്റാണ്ടിലെ ചില പണ്ഡിതരുടെ അഭിപ്രായത്തിൽ ലങ്കാഷയറിലെ ഭൂവുടമയായ അലക്സാണ്ടർ ഹോഗ്റ്റൺ ഷേക്സ്പിയറിനെ സ്കൂൾ അദ്ധ്യാപകനായി നിയമിച്ചു. അദ്ദേഹത്തിന്റെ വില്പത്രത്തിൽ പ്രതിപാദിക്കുന്ന 'വില്യം ഷേക്സ്ഷാഫ്റ്റ്' ഷേക്സ്പിയർ തന്നെയാണ് എന്ന് ഇവർ വാദിക്കുന്നു. ഇത്തരം കേട്ടുകേൾവികളല്ലാതെ ആധികാരികമായ തെളിവുകൾ ഒന്നും തന്നെ ഈ കാലഘട്ടത്തേക്കുറിച്ച് ലഭ്യമല്ല. 1606-1607 കാലഘട്ടത്തിന് ശേഷം ഷേക്സ്പിയർ വളരെക്കുറച്ച് നാടകങ്ങൾ മാത്ര

മേ എഴുതിയിട്ടുള്ളു. 1613 -ലാണ് ഷേക്സ്പിയർ തന്റെ അവസാനത്തെ രണ്ട് നാടകങ്ങൾ എഴുതിയത്. അവയുടെ രചന അദ്ദേഹം ജോലികളിൽ നിന്നെല്ലാം വിരമിച്ച് സ്ട്രാറ്റ്ഫോർഡിൽ താമസിച്ചിരുന്നപ്പോഴായിരുന്നു. 1613 -ന് ശേഷം അദ്ദേഹത്തിന്റേതായി നാടകങ്ങൾ ഒന്നും തന്നെ രേഖപ്പെടുത്തിയിട്ടില്ല. അദ്ദേഹത്തിന്റെ അവസാന മൂന്ന് നാടകങ്ങൾ ജോൺ ഫ്ലെറ്റ്ചർ എന്ന നാടകകൃത്തുമായി ചേർന്ന് എഴുതിയവയാണ് എന്ന് കരുതപ്പെടുന്നു. റോവ് എന്ന ജീവചരിത്രകാരനാണ് ഷേക്സ്പിയർ തന്റെ മരണത്തിന് മുൻപ് വിരമിക്കുകയും സ്റ്റ്രാറ്റ്ഫോർഡിലേക്ക് താമസം മാറുകയും ചെയ്തു എന്ന് ആദ്യമായി എഴുതിയത്. എങ്കിലും ഷേക്സ്പിയർ ലണ്ടൻ ഇടക്കിടെ സന്ദർശിച്ചിരുന്നുവത്രെ. 1612 മൗണ്ട് ജോയുടെ മകളുടെ വിവാഹവുമായി ബന്ധപ്പെട്ട കേസിൽ കോടതിയിൽ സാക്ഷിയായി ഷേക്സ്പിയർ എത്തിയിരുന്നു. 1613 മാർച്ചിൽ ബ്ലാക്ക്ഫ്രയേർസിൽ ഒരു ഗസ്റ്റ്ഹൌസ് വാങ്ങുകയും 1614 നവംബറിൽ അദ്ദേഹത്തിന്റെ മരുമകനായ ജോൺ ഹാളിനൊപ്പം ലണ്ടൻ സന്ദർശിക്കുകയും ചെയ്തിരുന്നു അദ്ദേഹം എന്നും ചരിത്രകാരൻമാർ രേഖപ്പെടുത്തുന്നുണ്ട്.

1616 ഏപ്രിൽ ഇരുപത്തിമൂന്നിനാണ് ഷേക്സ്പിയർ മരിക്കുന്നത്. അദ്ദേഹത്തിന്റെ രണ്ട് മക്കളിൽ സൂസന്ന ജോൺ ഹാളിനെയും, ജൂഡിത്ത് തോമസ് ക്യുയ്നീയെയും വിവാഹം കഴിച്ചു. ജൂഡിത്തിന്റെ വിവാഹം നടന്നത് ഷേക്സ്പിയർ മരിക്കുന്നതിന് രണ്ട് മാസം മുൻപായിരുന്നു. ഷേക്സ്പിയർ തന്റെ വില്പത്രത്തിൽ സൂസന്ന എന്ന മൂത്തമകൾക്ക് അവരുടെ ആദ്യമകന് നൽകണം എന്ന വ്യവസ്ഥയിൽ തന്റെ വലിയ എസ്റ്റേറ്റിന്റെ ഏറിയ പങ്കും നൽകി. എന്നാൽ സൂസന്നക്ക് എലിസബത്ത് എന്ന

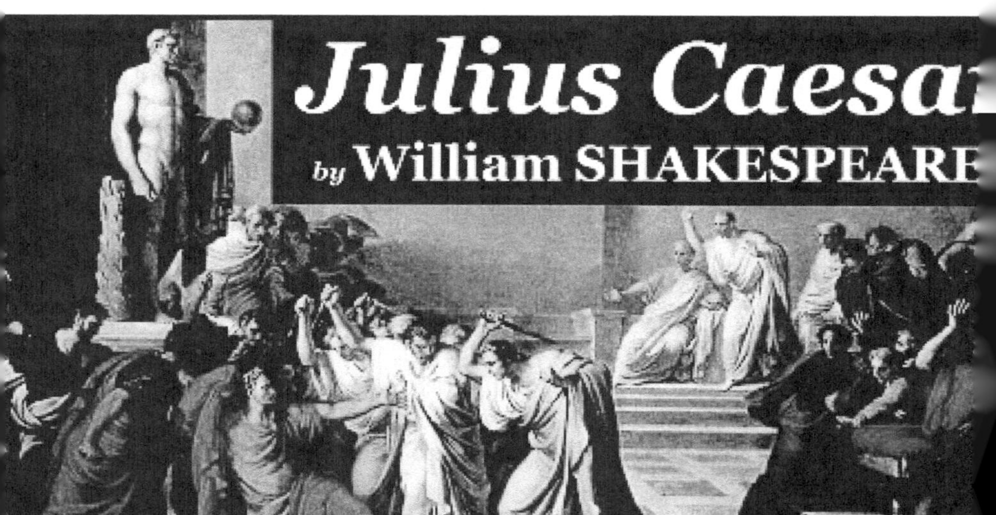

മകൾ ജനിക്കുകയും മക്കൾ ഇല്ലാതെ എലിസബത്ത് 1670 –ൽ മരിക്കുകയും ചെയ്തു. ജൂഡിത്തിന് ഉണ്ടായ മൂന്ന് മക്കളും വിവാഹത്തിന് മുൻപ് മരിച്ചു പോയി. അങ്ങനെ ഷേക്സ്പിയറിന്റെ നേരിട്ടുള്ള വംശാവലി അവസാനിച്ചു. ഷേക്സ്പിയറിന്റെ വില്പത്രം ആൻ എന്ന തന്റെ ഭാര്യയെക്കുറിച്ച് വളരെക്കുറച്ച് മാത്രമേ പ്രതിപാദിക്കുന്നുള്ളു. എങ്കിലും അവർക്ക് ഷേക്സ്പിയറിന്റെ എസ്റ്റേറ്റിന്റെ മൂന്നിലൊന്നിന് നിയമാനുസൃതം അവകാശം ഉണ്ട്. വിൽപത്രത്തിൽ ഷേക്സ്പിയർ തന്റെ രണ്ടാമത്തെ മികച്ച കട്ടിൽ തന്റെ ഭാര്യക്ക് അവകാശമായി നൽകിയിട്ടുണ്ട്. ചില പണ്ഡിതരുടെ അഭിപ്രായത്തിൽ ആനിനേ അധിക്ഷേപിക്കുവാനാണ് അങ്ങനെ ചെയ്തത്. എന്നാൽ ചിലർ പറയുന്നത് രണ്ടാമത്തെ മികച്ച കട്ടിൽ എന്നത് കല്യാണക്കട്ടിൽ ആണെന്നും അത് പ്രാധാന്യമേറിയതായതിനാലുമാണ് ഷേക്സ്പിയർ അങ്ങനെ ചെയ്തത് എന്നാണ്. ഷേക്സ്പിയറിന്റെ ശവകുടീരം സ്ഥിതി ചെയ്യുന്നത് സ്ട്രാറ്റ്ഫോർഡിലെ ഹോളി ട്രിനിറ്റി പള്ളിയിലെ ചാൻസലിൽ ആണ്. 1623 –ന് മുൻപായി ആ പള്ളിയുടെ കിഴക്കേ ഭിത്തിയിൽ അദ്ദേഹത്തിന്റെ അർദ്ധകായ പ്രതിമകൂടി ഉൾപ്പെട്ട ഒരു സ്മാരകം പണിതിരുന്നു. സ്മാരക ശിലയിൽ ഷേക്സ്പിയറിനേ നെസ്തോർ, സോക്രറ്റീസ്, വിർജിൽ തുടങ്ങിയവരുമായി താരതമ്യപ്പെടുത്തുന്നുണ്ട്. ശവകൂടിരത്തിലെ ശിലയിൽ അദ്ദേഹത്തിന്റെ അസ്ഥികൾ നീക്കം ചെയ്യുന്നതിനെതിരെ ഒരു ശാപവും കൊത്തിവച്ചിട്ടുണ്ട്.

Good frend for Jesvs sake forbeare,
To digg the dust encloased heare.
Blest be ye man yt spares thes stones,
And curst be he yt moves my bones.

'സുഹൃത്തേ, യേശുവിനെ ഓർത്ത്, ഈ പൊടിമണ്ണ് ഇളക്കി മറിക്കാതിരിക്കുക; ഈ കല്ലുകളെ വെറുതേവിടുന്നവൻ അനുഗ്രഹീതൻ, ഈ അസ്ഥികൾ എടുത്തുമാറ്റുന്നവന് ശാപം'. ഷേക്സ്പിയറീന്റെ ശവകൂടീരത്തിൽ ആലേഖനം ചെയ്തിരിക്കുന്ന വരികളാണിവ.

ഇംഗ്ലണ്ടിന്റെ ദേശീയകവിയായിട്ടായിരുന്നു ഇദ്ദേഹം അറിയപ്പെട്ടിരുന്നത്. 38 നാടകങ്ങളും 154 ഗീതകങ്ങളും ചില കാവ്യങ്ങളും ഇദ്ദേഹത്തിന്റേതായി നിലവിലുണ്ട്. ജീവിച്ചിരുന്നപ്പോൾ അത്രയൊന്നും പ്രസിദ്ധനായിരുന്നില്ല എങ്കിലും, മരണശേഷം ഇദ്ദേഹത്തിന്റെ പ്രശസ്തി വളരെയധികം വർദ്ധിച്ചു. ഷേക്പിയറുടെ ജീവിതകാലത്തുതന്നെ അദ്ദേഹം വളരെ ബഹുമാനിക്കപ്പെട്ടിരുന്ന ഒരു കവിയും നാടകകൃത്തുമായിരുന്നെങ്കിലും പത്തൊൻപതാം നൂറ്റാണ്ടിലാണ് അദ്ദേഹത്തിന്റെ പ്രശസ്തി ഇന്നത്തെ നിലയിലേക്ക് ഉയർന്നത്. റൊമാന്റിക്കുകൾ ഇദ്ദേഹത്തെ

ഒരു അത്ഭുതപ്രതിഭയായിക്കണക്കാക്കിയിരുന്നു. വിക്റ്റോറിയൻസ് ആകട്ടെ ഷേക്പിയറെ ഒരു താരാരാധനയോടെ നോക്കിക്കണ്ടു. സാഹിത്യ ലോകത്തു പൊതുവേയും ആംഗലേയ സാഹിത്യ ലോകത്തു പ്രത്യേകിച്ചും ഏറ്റവും കൂടുതൽ ഉദ്ധരിക്കപ്പെട്ടിട്ടുള്ള കവി ആണ് ഇദ്ദേഹം. ദുരന്ത നാടകങ്ങളിലും ശുഭാന്ത നാടകങ്ങളിലും ഒരുപോലെ മികവുകാട്ടിയിട്ടുണ്ട് ഷേക്സ്പിയർ. അദ്ദേഹത്തിന്റെ കൃതികൾ എല്ലാം തന്നെ ലോകത്തിലെ പ്രധാന ഭാഷകളിലേക്ക് പരിഭാഷപ്പെടുത്തിയിട്ടുണ്ടെന്ന് മാത്രമല്ല അദ്ദേഹത്തിന്റെ നാടകങ്ങൾ ഇപ്പോഴും ലോകമെമ്പാടും അവതരിക്കപ്പെടുന്നുമുണ്ട്. ലോകത്ത് ഏറ്റവും കൂടുതൽ അവതരിപ്പിക്കപ്പെട്ടിട്ടുള്ളത് ഇദ്ദേഹത്തിന്റെ നാടകങ്ങൾ ആണ്. അതുപോലെ തന്നെ അദ്ദേഹത്തിന്റെ പല ഉദ്ധരണികളും ആംഗലേയ ഭാഷയുൾപ്പെടെ പല ഭാഷകളിലും ദൈനംദിന ഉപയോഗത്തിൽ കടന്നു കൂടിയിട്ടുണ്ട്.

സാഹിത്യ ചരിത്രകാരന്മാർ ഷേക്സ്പിയറുടെ രചനാകാലയളവിനെ നാലു ഘട്ടമായി വിഭജിക്കുന്നു. ആദ്യ ഘട്ടമായ 1590 -ന്റെ മധ്യം വരെ അദ്ദേഹം റോമൻ, ഇറ്റാലിയൻ മാതൃകകളിൽ നിന്നും ചരിത്ര നാടകങ്ങളിൽ നിന്നും പ്രചോദനമുൾക്കൊണ്ട് പ്രധാനമായും ശുഭാന്തനാടകങ്ങളാണ് എഴുതിയത്. രണ്ടാം ഘട്ട

മായ 1595 മുതൽ 1599 വരെയുള്ള കാലയളവ് ആരംഭിക്കുന്നതും അവസാനിക്കുന്നതും രണ്ട് ദുരന്തനാടകങ്ങളോടെയാണ്. റോമിയോ ആന്റ് ജൂലിയറ്റും ജൂലിയസ് സീസറും. വില്യം ഷേക്സ്പിയർ തന്റെ ആദ്യകാലങ്ങളിൽ എഴുതിയ ദുരന്ത നാടകങ്ങളിലൊന്നാണ് റോമിയോ ആന്റ് ജൂലിയറ്റ്. ശത്രുക്കളായിക്കഴിയുന്ന രണ്ട് കുടുംബങ്ങളിൽപ്പെട്ട റോമിയോയുടേയും ജൂലിയറ്റിന്റെയും പ്രേമവും, അവരുടെ അകാല മരണവും, അതിനേത്തുടർന്ന് അവരുടെ കുടുംബങ്ങൾ ഐക്യപ്പെടുന്നതുമാണ് ഇതിന്റെ കഥ. ഷേക്സ്പിയറിന്റെ ജീവിതകാലത്ത് ഏറ്റവും പ്രശസ്തി നേടിയ അദ്ദേഹത്തിന്റെ നാടകങ്ങളിലൊന്നാണിത്. റോമിയോ ആന്റ് ജൂലിയറ്റ്, ഹാംലറ്റ് എന്നിവയാണ് അരങ്ങിൽ ഏറ്റവുമധികം അവതരിപ്പിക്കപ്പെടുന്ന ഷേക്സ്പിയർ നാടകങ്ങൾ. റോമിയോ ആന്റ് ജൂലിയറ്റിന്റെ ഇതിവൃത്തം ഒരു ഇറ്റാലിയൻ കഥയെ അടിസ്ഥാനമാക്കിയതാണ്. 1562 -ൽ ആർഥർ ബ്രൂക്ക് എഴുതിയ ദ ട്രാജിക്കൽ ഹിസ്റ്ററി ഓഫ് റോമിയസ് ആന്റ് ജൂലിയറ്റ്(ജൂലിയറ്റിന്റെയും റോമിയോയുടെയും ദുരന്തകഥ) എന്ന പദ്യത്തിൽ നിന്നും 1582 -ൽ വില്യം പെയ്ന്റർ എഴുതിയ പാലസ് ഓഫ് പ്ലെഷർ (സന്തോഷത്തിന്റെ കൊട്ടാരം) എന്ന ഗദ്യത്തിൽ നിന്നും നിന്നും ഷേക്സ്പിയർ തന്റെ നാടകത്തിലേക്ക് വളരെയധികം അംശങ്ങൾ കടമെടുത്തിരുന്നു. എന്നാൽ കഥ വികസിപ്പിക്കുന്നതിനായി മെർകുഷ്യോ, പാരിസ് എന്നിവരുൾപ്പെടെ പല സഹ

കഥാപാത്രങ്ങളേയും ഇദ്ദേഹം സൃഷ്ടിച്ചു. 1591 -നും 1595 -നും ഇടയിൽ രചിക്കപ്പെട്ടുവെന്ന് വിശ്വസിക്കപ്പെടുന്ന ഈ നാടകം 1597 -ൽ ക്വാർട്ടൊ പതിപ്പായാണ് ആദ്യമായി പ്രസിദ്ധീകരിച്ചത്.

അദ്ദേഹത്തിന്റെ ഏറ്റവും പ്രശസ്തമെന്ന് കണക്കാക്കുന്ന ശുഭാന്തചരിത്ര നാടകങ്ങളും രചിക്കപ്പെട്ടത് ഈ കാലഘട്ടത്തിലാണ്. 1600 മുതൽ 1608 വരെയുള്ള കാലയളവിലാണ് ദുരന്ത നാടകങ്ങൾ രചിച്ചത്. ഈ സമയത്താണദ്ദേഹം ലോകോത്തര ദുരന്ത നാടകങ്ങളായ ഹാംലറ്റ്, ഒഥല്ലോ, കിങ്ങ് ലിയർ, മാക്ബത്ത്, ആന്റണി ആന്റ് ക്ലിയോപാട്ര, കൊറിയോലനസ് എന്നിവ എഴുതിയത്. 1608 മുതൽ 1613 വരെ അവസാന കാലയളവിൽ അദ്ദേഹം ശുഭാന്ത ദുരന്ത മിശ്രിതമായ കാൽപ്പനികങ്ങൾ (Romances) എന്ന് വിളിക്കുന്ന ട്രാജി കോമഡികൾ എഴുതി. സിംബെലൈൻ , 3 വിന്റേഴ്സ് ടെയിൽ , ദ ടെംപസ്റ്റ് എന്നിവ ഇവയിൽ പ്രധാനമാണ്. ഷേക്സ്പിയറിന്റെ നാടകങ്ങൾ പാശ്ചാത്യസാഹിത്യത്തിലേയും ആംഗലേയ സാഹിത്യത്തിലേയും എക്കാലത്തേയും മികച്ച കൃതികളിൽ ചിലതായിട്ടാണ് കണക്കാക്കപ്പെടുന്നത്. അദ്ദേഹത്തിന്റെ കൃതികൾ ദുരന്തം, ചരിത്രം, ഹാസ്യം , പ്രണയം എന്നിവയായി തരം തിരിക്കപ്പെട്ടിരിക്കുന്നു. കിങ് ലിയർ, ഹാംലെറ്റ്, മാക്ബെത്ത് തുടങ്ങിയ അദ്ദേഹത്തിന്റെ നാടകങ്ങൾ ഇംഗ്ലീഷ് ഭാഷയിലെ ഏറ്റവും മികച്ച ദുരന്തനാടകങ്ങളായാണ് കണക്കാക്കപ്പെടുന്നത്. വില്യം ഷേക്സ്പിയർ എഴുതിയ ഒരു ദുരന്ത നാടകമാണ് ജൂലിയസ് സീസർ. 1599ൽ രചിക്കപ്പെട്ടുവെന്ന് വിശ്വസിക്കപ്പെടുന്ന ഈ നാടകത്തിൽ ജൂലിയസ് സീസർ എന്ന റോമൻ ഏകാധിപതിക്കെതിരെ നടന്ന ഗൂഢാലോചനയും അദ്ദേഹത്തിന്റെ കൊലപാതകവും അതിന്റെ അനന്തരഫലങ്ങളും പ്രതിപാദിച്ചിരിക്കുന്നു. റോമൻ ചരിത്രത്തെ ആസ്പദമാക്കി ഷേക്സ്പിയർ എഴുതിയ അനേകം നാടകങ്ങളിലൊന്നാണിത്. നാടകത്തിന്റെ പേര് ജൂലിയസ് സീസറെന്നാണെങ്കിലും പ്രധാന കഥാപാത്രം അദ്ദേഹമല്ല. മൂന്ന് രംഗങ്ങളിൽ മാത്രം പ്രത്യക്ഷപ്പെടുന്ന സീസർ മൂന്നാം രംഗത്തിന്റെ ആരംഭത്തിൽത്തന്നെ വധിക്കപ്പെടുന്നു. മാർക്കസ് ബ്രൂട്ടസാണ് നാടകത്തിലെ കേന്ദ്ര കഥാപാത്രം. അധികാര പിന്തുടർച്ചാവകാശത്തേക്കുറിച്ച് ഇംഗ്ലണ്ടിൽ അന്നു നിലനിന്നിരുന്ന ആശങ്ക ഈ നാടകത്തിൽ പ്രതിഫലിക്കുന്നു. ഇതിന്റെ രചനയുടെയും അരങ്ങേറ്റത്തിന്റെയും സമയത്ത്, പ്രായംചെന്ന എലിസബത്ത് രാജ്ഞി തന്റെ പിന്തുടർച്ചാവകാശിയെ പ്രഖ്യാപിക്കാതിരുന്നത്, അവരുടെ മരണത്തിന് ശേഷം റോമിലേതിന് സമാനമായ ഒരു ആഭ്യന്തര ലഹളക്ക് കാരണമായേക്കുമെന്ന് പലരും ഭയപ്പെട്ടിട്ടായിരുന്നു. 'സുഹൃത്തുക്കളെ, റോമാക്കാരെ, നാട്ടുകാരെ. ' (Friends, Romans, Coutnrymen) എന്ന് തുടങ്ങുന്ന മാർക്ക് ആന്റണിയുടെ പ്രശസ്തമായ പ്രഭാഷണം ഈ നാടകത്തിലേതാണ്. 'ബ്രൂട്ടസേ നീയും' എന്ന ഇതിലെ മറ്റൊരു ഡയലോഗ് ലോക

പ്രശസ്തമാണ്. വില്യം ഷേക്സ്പിയർ എഴുതിയ മറ്റൊരു ദുരന്ത നാടകമാണ് കിങ് ലിയർ. ഇത് 1603 –നും 1606 –നും ഇടയിൽ എഴുതപ്പെട്ടുവെന്ന് വിശ്വസിക്കപ്പെടുന്നു. ഷേക്സ്പിയറിന്റെ ഏറ്റവും മഹത്തായ കൃതികളിലൊന്നായാണ് ഇത് പരിഗണിക്കപ്പെടുന്നത് ബ്രിട്ടണിലെ ലിയർ എന്ന ഐതിഹാസിക രാജാവിനെക്കുറിച്ചുള്ള കഥകളെ അടിസ്ഥാനമാക്കിയാണ് ഇത് രചിച്ചിരിക്കുന്നത്. അരങ്ങിലും വെള്ളിത്തിരയിലും ഈ കൃതി വ്യാപകമായി ഉപയോഗിക്കപ്പെട്ടിട്ടുണ്ട്. ഇതിന് വ്യത്യസ്തമായ രണ്ട് പതിപ്പുകളുണ്ട്: 1608 –ൽ പുറത്തിറങ്ങിയ ദ റ്റു ക്രോണിക്കിൾസ് ഓഫ് ദ ഹിസ്റ്ററി ഓഫ് ദ ലൈഫ് ആന്റ് ഡെത്ത് ഓഫ് കിങ് ലിയർ ആന്റ് ഹിസ് ത്രീ ഡോട്ടേർസ്, 1623 –ൽ പുറത്തിറങ്ങിയതും കൂടുതൽ അരങ്ങിനനുയോജ്യവുമായ ദ ട്രാജഡി ഓഫ് കിങ് ലിയർ എന്നിവയാണവ. ഇംഗ്ലണ്ടിന്റെ ഏകീകരണത്തിനു ശേഷം, ഈ നാടകത്തിന്റെ ഇരുണ്ടതും മ്ലാനവുമായ സ്വഭാവം ഇഷ്ടമാകാഞ്ഞ നാടകക്കാർ പല മാറ്റങ്ങളും വരുത്തിയാണ് ഇത് അരങ്ങിൽ അവതരിപ്പിച്ചിരുന്നത്. എന്നാൽ 19 –ാം നൂറ്റാണ്ട് മുതൽ ഷേക്സ്പിയറിന്റെ ഏറ്റവും മഹത്തായ നേട്ടങ്ങളിലൊന്നായാണ് ഈ നാടകം കണക്കാക്കപ്പെടുന്നത്. മനുഷ്യ ബന്ധങ്ങളുടെയും ക്ലേശങ്ങളുടെയും സൂക്ഷ്മമായ നിരീക്ഷണം ഈ നാടകത്തെ മഹത്തരമാക്കുന്ന ഘടകങ്ങളിൽ പ്രധാനപ്പെട്ടതാണ്.

മാക്ബെത്തിന്റെ ദുരന്തം (മാക്ബെത്ത്) വില്യം ഷെയ്ക്സ്പിയറിന്റെ അതിപ്രശസ്തമായ ദുരന്ത നാടകമാണ്. ഒരു രാജാവിന്റെ വധവും അതിന്റെ പരിണിത ഫലങ്ങളുമാണ് നാടകത്തി

ന്റെ ഇതിവൃത്തം. ഷേയ്ക്സ്പിയറിന്റെ ഏറ്റവും ചെറിയ ദുരന്ത നാടകമായ മാക്ബെത്ത്, 1603–1607 കാലഘട്ടത്തിൽ എഴുതപ്പെട്ടതാണിത്. സൈമൺ ഫോർമാൻ എന്ന വ്യക്തി 1611 ഏപ്രിൽ മാസത്തിന്റെ നാടകത്തിന്റെ അവതരണം ദർശിച്ചതായി രേഖപ്പെടുത്തിയിട്ടുണ്ട്. ഷെയ്ക്സ്പിയർ കൃതികളുടെ ആദ്യ ശേഖരത്തിൽത്തന്നെ മാക്ബെത്ത് ഇടം നേടിയിരുന്നു. റാഫേൽ ഹോളിൻഷെഡിന്റെ 'ഇംഗ്ലണ്ടിന്റെയും സ്കോട്ട്ലണ്ടിന്റെയും ഐർലണ്ടിന്റെയും ചരിത്രം' എന്ന കൃതിയിൽ നിന്നാണ് ഷേക്സ്പിയർ ഈ നാടകത്തിലെ കഥാപാത്രങ്ങളായ മാക്ബെത്, മാക്ഡഫ്, ഡങ്കൻ തുടങ്ങിയ കഥാപാത്രങ്ങളെ രൂപപ്പെടുത്തിയത്. എന്നാൽ സ്കോട്ട്ലണ്ട് ചരിത്രത്തിലെ സംഭവങ്ങളുമായി കഥയിലെ സംഭവങ്ങൾക്കുള്ള സാമ്യം തുച്ഛമാണ്. നാടകത്തിൽ നിന്ന് വ്യത്യസ്തമായി മാക്ബെത്ത് എന്ന രാജാവ് യഥാർത്ഥത്തിൽ കാര്യപ്രാപ്തിയുള്ളവനും ജനസമ്മതനുമായിരുന്നു. ശപിക്കപ്പെട്ട ഒരു നാടകമായാണ് മാക്ബെത്തിനെ നാടകരംഗത്തുള്ള പലരും കണക്കാക്കുന്നത്. ഇവർ നാടകത്തിന്റെ പേര് പറയുന്നതിന് പകരം സ്കോട്ടിഷ് നാടകം എന്നാണ് പറയുക. എങ്കിലും നൂറ്റാണ്ടുകളായിത്തന്നെ, പല പ്രശസ്തരായ നടീനടന്മാർ ഈ നാടകത്തിൽ മക്ബെത്തിന്റെയും ലേഡി മാക്ബെത്തിന്റെയും അവതരിപ്പിച്ചിട്ടുണ്ട്. അനേകം തവണ ചലച്ചിത്രമായും ടെലിവിഷൻ നാടകമായും ഒപേറയായും, അവതരിക്കപ്പെട്ടിട്ടുള്ള മാക്ബെത് നോവൽ, ചിത്രകഥാ തുടങ്ങിയ മറ്റ് രൂപങ്ങളിലും അവതരിക്കപ്പെട്ടിട്ടുണ്ട്. ഷേക്സ്പിയറിന്റെ മർച്ചന്റ് ഓഫ് വെനീസ് (വെനീസിലെ വ്യാപാരി) എന്ന നാടകവും ഏറെ പ്രശസ്തമാണ്.

അദ്ദേഹത്തിന്റെ അവസാനകാലത്ത് റൊമാൻസസ് എന്നുകൂടി

പേരുള്ള ഹാസ്യാത്മകമായ ദുരന്തനാടകങ്ങൾ എഴുതുകയും മറ്റ് നാടകകൃത്തുകളുമായി സഹകരിച്ച് എഴുതുകയും ചെയ്തു. അദ്ദേഹത്തിന്റെ പലകൃതികളും ജീവിതകാലത്ത് തന്നെ പല ഗുണനിലവാരത്തിലും കൃത്യതയിലും പ്രസിദ്ധീകരിക്കുകയുണ്ടായി. 1623 –ൽ ഷേക്സ്പിയറുടെ രണ്ട് മുൻകാല നാടകസഹപ്രവർത്തകർ അദ്ദേഹത്തിന്റെ കൃതികളുടെ ഒരു സമാഹാരം പ്രസിദ്ധീകരിച്ചു. ഇതിൽ രണ്ടെണ്ണമൊഴികെയുള്ള എല്ലാ നാടകങ്ങളും അദ്ദേഹത്തിന്റേതായിത്തന്നെയാണ് ഇന്നും കണക്കാക്കുന്നത്.

ഷേക്സ്പിയറുടെ നാടകങ്ങൾ

ഹാസ്യനാടകങ്ങൾ

ഓൾ ഈസ് വെൽ ദാറ്റ് എൻഡ്സ് വെൽ, ആസ് യു ലൈക് ഇറ്റ്, ദ കോമഡി ഓഫ് ഇറേഴ്സ്, സിംബലൈൻ, ലവ്സ് ലേബേഴ്സ് ലോസ്റ്റ്, മെഷർ ഫോർ മെഷർ, ദ മെറി വൈവ്സ് ഓഫ് അവിൻഡ്സർ, ദ മെർച്ചന്റ് ഓഫ് വെനീസ്, എ മിഡ് സമ്മർ നൈറ്റ്സ് ഡ്രീം, മച്ച് അഡോ എബൗട്ട് നത്തിങ്ങ്, പെരിക്സ് പ്രിൻസ് ഓഫ് ടൈർ, ടേമിങ്ങ് ഓഫ് ദ ഷ്രൂ, ദ ടെംപസ്റ്റ്, ട്രോയിലസ് ആന്റ് ക്രസിഡ, ട്വൽത്ത് നൈറ്റ്, ടു ജെന്റിൽമാൻ ഓഫ് വെറോണ, വിന്റേഴ്സ് ടെയിൽ

ചരിത്രനാടകങ്ങൾ

ഹെന്റി IV,പാർട്ട് 1, ഹെന്റി I-V,പാർട്ട് 2, ഹെന്റി V, ഹെന്റി, V-I,പാർട്ട് 1, ഹെന്റി V-I,പാർട്ട് 2, ഹെന്റി V-I,പാർട്ട് 3, ഹെന്റി V-I-I-I, കിങ്ങ് ജോൺ, റിച്ചാർഡ് I-I, റിച്ചാർഡ് I-I-I

ദുരന്തനാടകങ്ങൾ

ആന്റണി ആന്റ് ക്ലിയോപാട്ര, കൊറിയോലനസ്, ഹാംലറ്റ്, ജൂലിയസ് സീസർ, കിങ്ങ് ലിയർ, മാക്ബെത്ത്, ഒഥല്ലോ, റോമിയോ ആന്റ് ജൂലിയറ്റ്, ടിമൺ ഓഫ് ഏഥൻസ്, ടൈറ്റസ് അൻഡ്രോണിക്കസ്.

സ്റ്റീഫൻ ഹോകിംങ്ങ്

വിഖ്യാതനായ ബ്രിട്ടീഷ് ഭൗതിക ശാസ്ത്രജ്ഞനാണ് സ്റ്റീഫൻ ഹോക്കിങ്ങ്. നക്ഷത്രങ്ങൾ നശിക്കുമ്പോൾ രൂപം കൊള്ളുന്ന തമോഗർത്തങ്ങളെക്കുറിച്ച് ഇന്നു ലഭ്യമായ വിരങ്ങളിൽ പലതും ഇദ്ദേഹത്തിന്റെ ഗവേഷണങ്ങളിലൂടെ ഉരുത്തിരിഞ്ഞതാണ്. ഇപ്പോൾ കേംബ്രിഡ്ജ് യൂണിവേഴ്സിറ്റിയിലെ ഗണിതശാസ്ത്രത്തിലെ ലുക്കാഷ്യൻ പ്രൊഫസർ സ്ഥാനം വഹിക്കുന്നു. 'എ ബ്രീഫ് ഹിസ്റ്ററി ഓഫ് ടൈം' എന്ന പ്രശസ്തമായ ശാസ്ത്രഗ്രന്ഥം രചിച്ചത് ഇദ്ദേഹമാണ്.

ഗലീലിയോ മരണമടഞ്ഞതിന്റെ 300 ാം വാർഷിക ദിനമായ 1942 ജനുവരി 8 നാണ് ഫ്രാങ്ക് ഹോകിങിന്റെയും (Frank Hawking), ഇസബൽ ഹോകിങ്ങിന്റെയും (Isobel Hawking) മകനായ സ്റ്റീഫൻ വില്ല്യം ഹോകിങ് (Stephen william Hawking) ജനിക്കുന്നത്. വടക്കേ ഇംഗ്ലണ്ടിലായിരുന്ന ഹോക്കിങ്ങിന്റെ രക്ഷിതാക്കൾ താമസിച്ചിരുന്നത്. രണ്ടാം ലോക മഹായുദ്ധത്തിനെ തുടർന്ന് ഹോക്കിങ് ജനിക്കുന്നതിനു മുൻപാണ് അവർ ഓക്സ്ഫോർഡിലേക്ക് താമസം മാറ്റുന്നത്.

അതിനാൽ ഇംഗ്ലണ്ടിലെ ഓക്സ്ഫോർഡിലായിരുന്നു സ്റ്റീഫൻ ഹോക്കിങിന്റെ ജനനം. ഫിലിപ്പ, മേരി എന്നു പേരുകളുള്ള രണ്ടു സഹോദരിമാരും എഡ്വാഡ് എന്ന പേരുള്ള ഒരു സഹോദരനും (എഡ് വാഡിനെ ദത്തെടുത്തതാണ്) ഹോക്കിങിന് ഉണ്ടായിരുന്നു.

പിതാവ് 1950 'നാഷണൽ ഇൻസ്റ്റിറ്റ്യൂട്ട് ഓഫ് മെഡിക്കൽ റിസർച്ചിൽ പാരസൈറ്റോളജി (Parasitology) യിൽ തലവനായിരുന്നപ്പോൾ ഹോക്കിങ്ങും കുടുംബവും ഹെർട്ഫോർഡ്ഷൈർ(HortForshire) ലുള്ള കമ്പന്റ് ആൽബൺസിലേക്ക് താമസം മാറി.

വളരെ ചെറുപ്പത്തിൽ തന്നെ ഒരു ശാസ്ത്രജ്ഞൻ ആകുന്നതിന്റെ ലക്ഷണങ്ങളും, ജിജ്ഞാസയും അദ്ദേഹം പ്രകടിപ്പിച്ചിരുന്നു. ഓരോ കാര്യങ്ങളുടേയും പ്രവർത്തനം വിലയിരുത്തുന്നതിനായി അവയുടെ വിവിധ മാതൃകകൾ ഉണ്ടാക്കുന്നത് ഹോകിങ് ഇഷ്ടപ്പെട്ടിരുന്നു.

8 വയസ്സുള്ളപ്പോഴാണ് സെന്റ് ആൽബൻസ് (St. Albans) സ്കൂളിൽ ഹോക്കിങ് വിദ്യാഭ്യാസം ആരംഭിക്കുന്നത്. ചെറുപ്പത്തിൽ വളരെ ഉത്സാഹി ആയിരുന്നെങ്കിലും അത്ര കുശാഗ്രബുദ്ധിയുള്ള ആളൊന്നുമായിരുന്നില്ല ഹോകിങ്.

ഹോകിങിന്റെ പിതാവ് ഒരു ജീവശാസ്ത്രഗവേഷകൻ ആയതുകൊണ്ട് ഹോകിങിനെ ഓക്സ്ഫോർഡിൽ വൈദ്യശാസ്ത്രം പഠിപ്പിക്കുവാനായി ആഗ്രഹിച്ചിരുന്നു. പക്ഷെ ഹോകിങിന് ഗണിതശാസ്ത്രത്തിലായിരുന്നു താൽപര്യം. ഭൗതിക ശാസ്ത്രത്തിലും അദ്ദേഹത്തിനു താൽപര്യമുണ്ടായിരുന്നു. അതുകൊണ്ട് തന്നെ അദ്ദേഹം 17 -ാം വയസ്സിൽ ഭൗതിക ശാസ്ത്രത്തിൽ ബിരുദം കരസ്ഥമാക്കി. പിന്നീട് കേംബ്രിഡ്ജിൽ തന്റെ 20 -ാം വയസ്സിൽപ്രപഞ്ചഘടനാവിവരണത്തെ (cosmology) പറ്റി ഗവേഷണം നടത്തുന്ന സമയത്തായിരുന്നു കൈകാലുകൾ തളർന്ന് പോകാൻ കാരണമായനാഡീരോഗം (Amyotrophic Lateral Scerosis) അദ്ദേഹത്തിനു പിടിപെടുന്നത്. തന്റെ പേശികളിൻ മേലുള്ള നിയന്ത്രണം അദ്ദേഹത്തിനു പതിയെ നഷ്ടമാവാൻ തുടങ്ങി. അഞ്ചു വർഷത്തിനുള്ളിൽ മരിച്ചു പോകുമെന്നായിരുന്നു അപ്പോൾ വിലയിരുത്തപ്പെട്ടിരുന്നത്. ഈ വാർത്ത ആദ്യമൊക്കെ ഹോക്കിങിനെ ആഘാതമേൽപ്പിച്ചു. അദ്ദേഹത്തിന്റെ ഭാര്യ ജെയിൻ വൈൽസ്(Jame wild)നെ കണ്ടുമുട്ടുന്നത് വരെ ജീവിതത്തോട് വലിയ പ്രതീക്ഷകൾ ഉണ്ടായിരുന്നില്ല. എന്നാൽ പിന്നീട് ആരോഗ്യത്തിൽ നേരിയ പുരോഗതി ഉണ്ടായി അസുഖം കുറഞ്ഞുവന്നു. അദ്ദേഹം തന്റെ Ph.D (ഡോക്ടറേറ്റ് ബിരുദം) പൂർത്തിയാക്കി.

1965 -ൽ ജെയിൻ വെൽഡിനെ ഹോകിങ് വിവാഹം കഴിച്ചുവെങ്കിലും 1991 -ൽ അവർ വിവാഹമോചനം നേടി.

സൈദ്ധാന്തിക ജ്യോതിശാസ്ത്രമാണ് സ്റ്റീഫൻ ഹോക്കിൻസിന്റെ മുഖ്യ ഗവേഷണമേഖല. കേംബ്രിഡ്ജിലെ പഠനക്കാലത്ത് റോജർ പെൻറോസ് എന്ന ശാസ്ത്രജ്ഞനുമായുണ്ടായ സൗഹൃദമാണ് ഹോക്കിങിനെ ജ്യോതിശാസ്ത്രവുമായി അടുപ്പിച്ചത്. അവരിരുവരും ചേർന്ന് ആൽബർട്ട് ഐൻസ്റ്റീന്റെ 'ആപേക്ഷിക സിദ്ധാന്തത്തിന് പുതിയ വിശദീകരണം നൽകി. പ്രപഞ്ചോൽപത്തിയെ

കുറിച്ചും അവർ ചില സിദ്ധാന്തങ്ങൾ ആവിഷ്കരിച്ചു. നാശോന്മുഖമായ നക്ഷത്രങ്ങൾ അഥവാ തമോഗർത്തങ്ങളുടെ പിണ്ഡം, ചാർജ്ജ് കോണീയസംവേഗബലം എന്നിവയെകുറിച്ചായിരുന്നു അദ്ദേഹത്തിന്റെ തുടർപഠനങ്ങൾ. ഭീമമായ ഗുരുത്വാകർഷണബലമുള്ള തമോഗർത്തങ്ങൾ ചില വികിരണങ്ങൾ പുറത്തു വിടുന്നുണ്ടെന്ന് അദ്ദേഹം തെളിയിച്ചു.

അടുത്തരണ്ട് നൂറ്റാണ്ടുകൾക്കുള്ളിൽ ബഹിരാകാശവാസം സാധ്യമാക്കാനായില്ലെങ്കിൽ മനുഷ്യരാശിയുടെ വംശനാശം സംഭവിക്കുമെന്നാണ് ഹോക്കിംങ്ങിന്റെ അഭിപ്രായം.

മനുഷ്യവംശത്തിന്റെ ദീർഘകാല നിലനിൽപ്പിനെ ഭൂമിയെ മാത്രം താവളമാക്കിയാൽപോരാ എന്നും അദ്ദേഹത്തിന് അഭിപ്രായമുണ്ട്. മനുഷ്യവംശം ഭൂമിയിൽ മാത്രം തുടരരുതെന്നും അത് അന്യഗ്രഹങ്ങളിലേക്കും വ്യാപിപ്പിക്കണമെന്നും ബിഗ്തിങ്ക് എന്ന വെബ്സൈറ്റിന് നൽകിയ അഭിമുഖത്തിൽ അദ്ദേഹം പറയുകയുണ്ടായി.

ഹോക്കിങ്ങിന്റെ ജീവിതം ശാരീരികവൈകല്യം അനുഭവിക്കുന്ന ലക്ഷകണക്കിന് മനുഷ്യർക്ക് അതിജീവനത്തിന്റെ പാഠം കൂടിയാണ്.

സ്റ്റീഫൻഹോക്കിങ്ങ് എന്ന ഭൗതികശാസ്ത്രജ്ഞൻ ശാസ്ത്രലോകത്തിന് നൽകിയ സംഭാവനകൾ അമൂല്യമാണ് എന്നാൽ ജീവിതത്തിന്റെ ഇച്ഛാശക്തികൊണ്ട് ശരീരത്തിന്റെ വൈകല്യങ്ങളെ കീഴടക്കി ഭൗതികശാസ്ത്രത്തിൽ പുതിയൊരേട് രചിക്കാൻ സ്റ്റീഫൻ ഹോക്കിങ്ങിന് കഴിഞ്ഞു എന്നതാണ് മറ്റുള്ളവരിൽ നിന്നും ഈ ശാസ്ത്രജ്ഞനെ വ്യത്യസ്തനാക്കുന്നത്.

ദുർഘടമായ ഭൗതികശാസ്ത്രസത്യങ്ങൾ അറിയാത്ത സാധാരണക്കാരനുപോലും തമോഗർത്തം എന്ന വാക്ക് സുപരിചിതമാക്കിയ വ്യക്തിയെന്ന വിശേഷണം ഇദ്ദേഹത്തിന് സ്വന്തം.

ക്വാണ്ടം ഫിസിക്സിലും, ഗണിതത്തിലും, കോസ്മോസിസിലുമൊക്കെ നൽകിയ വലിയ സംഭാവനകൾക്കൊപ്പം സ്റ്റീഫൻ ഹോക്കിങ്ങിനെ ലോകത്തിന്റെ താരമാകുന്നത് വിധിയെ തോൽപ്പിച്ച ഇച്ഛാശക്തി ഒന്നുകൊണ്ടാണ്. ഇരുപതൊന്നാം വയസ്സിൽ മോട്ടോർന്യൂറോണുകൾ തളർന്ന ഇദ്ദേഹം ജീവിതത്തിൽ തനിക്ക് തോൽക്കാൻ മനസ്സില്ലെന്ന് ലോകത്തോട് വിളിച്ചുപറഞ്ഞു. 2010 –ൽ ലിയോനാഡ് മ്ലോഡിനോവ് (Leonard Mlodinow) മൊത്ത് എഴുതിയ ദി ഗ്രാൻഡ് ഡിസൈൻ എന്ന പുസ്തകം ഹോക്കിങ്ങിനെ ഇന്നും ശാസ്ത്രചർച്ചകളിൽ നിലനിർത്തുന്നു. തന്റെ 70 –ാം വയസ്സ് പൂർത്തീകകരിക്കുമ്പോൾ ഈ അത്ഭുത പ്രതിഭാസത്തിന്റെ ചിന്തയിൽ വിരിയുന്ന പുത്തൻശാസ്ത്ര സത്യങ്ങൾക്കായി ലോകം കാത്തിരിക്കുന്നു.

സ്റ്റീഫൻ ഹോക്കിങ്ങിന്റെ പ്രധാനഗ്രന്ഥങ്ങൾ

എ ബ്രീഫ് ഹിസ്റ്ററി ഓഫ് ടൈം
(A Brief History of Time- 1998)
ബ്ലാക്ക് ഹോൾസ് ആൻഡ് ബേബി യൂണിവേഴ്സസ് ആൻഡ് അതർ എസ്സേസ്
(A Black Holes and Baby Universes and other Essays 1994),
ദി യൂണിവേഴ്സ് ഇൻ എ നട്ഷെൽ
(The Univers in a Nutshell 2001)
ഓൺ ദി ഷോൾഡേഴ്സ് ഓഫ് ഗേയിൻസ്
(On the Shoulders of Gains 2002)
എ ബ്രീഫർ ഹിസ്റ്ററി ഓഫ് ടൈം
(A Briefer History of Times–2005)
ദി ഗ്രാൻഡ് ഡിസൈൻ
(The Grand Design 2010)

പുരസ്കാരങ്ങൾ

1978 ൽ ആൽബർട്ട് ഐൻസ്റ്റീൻ പുരസ്ക്കാരം
(Albert Einstein Award)
1988 ലെ വോൾഫ് പുരസ്ക്കാരം
(Wolf Prize)
1989 ൽ പ്രിൻസ് ഓഫ് ആസ്ട്രിയാസ് പുരസ്ക്കാരം
(Prince of Austrias Award)
2006 ലെ കോപ്ളിമെഡൽ
(Copley Medal)
2009 ൽ പ്രസിഡൻഷ്യൽ മെഡൽ ഓഫ് ഫ്രീഡം
(Presiidencial Medel Of Freedom)
മുതലായവ അദ്ദേഹത്തിന് ലഭിച്ചിട്ടുള്ള പ്രധാനപ്പെട്ട ചില ബഹുമതികളാണ്.

കാൾ മാർക്സ്

പത്തൊൻപതാം നൂറ്റാണ്ടിൽ ജീവിച്ചിരുന്ന ചിന്തകന്മാരിൽ പ്രമുഖനാണ് മാർക്സിയൻ തത്ത്വശാസ്ത്രത്തിന്റെ ശില്പിയായ കാൾ മാർക്സ് (മേയ് 5, 1818- മാർച്ച് 14, 1883). തത്ത്വചിന്തകൻ, ചരിത്രകാരൻ, രാഷ്ട്രീയസാമ്പത്തികവിദഗ്ദ്ധൻ, രാഷ്ട്രീയ സൈദ്ധാന്തികൻ എന്നീ നിലകളിലെല്ലാം അദ്ദേഹം ശോഭിച്ചിരുന്നു. ലോകമെങ്ങുമുള്ള കമ്യൂണിസ്റ്റ് പ്രസ്ഥാനങ്ങൾ പിന്തുടരുന്ന കാഴ്ചപ്പാടുകളുടെ അടിത്തറ ഇദ്ദേഹത്തിന്റെ സിദ്ധാന്തങ്ങളാണ്. കാൾ ഹെൻറിച്ച് മാർക്സ് എന്നാണ് പുർണ്ണനാമം. മനുഷ്യസമൂഹത്തിന്റെ പരിണാമചരിത്രത്തെ ശാസ്ത്രീയമായി അപഗ്രഥിക്കുക്കയും വ്യാഖ്യാനിക്കുകയും ചെയ്തതിലൂടെ സോഷ്യലിസവും കമ്മ്യൂണിസവും ഭാവിയിലെ സമൂഹസ്ഥിതിയായി വിഭാവനം ചെയ്യാൻ അദ്ദേഹത്തിന് സാധിച്ചു. ലോകത്തിലെ തന്നെ മികച്ച ഒരു സാമ്പത്തിക വിദഗ്ദനായി കാൾ മാർക്സ് അറിയപ്പെടുന്നു. അദ്ദേഹം ധാരാളം പുസ്തകങ്ങൾ രചിച്ചിട്ടുണ്ട്.

കമ്മ്യൂണിസ്റ്റ് മാനിഫെസ്റ്റോ (1848), മൂലധനം (1867–1894) എന്നിവ അതിൽ പ്രധാനപ്പെട്ടവയാണ്.

സാമ്പത്തികമായി മികച്ച നിലയിലുള്ള ഒരു മധ്യവർഗ്ഗ കുടുംബത്തിലാണ് കാൾ മാർക്സ് ജനിച്ചത്. യൂണിവേഴ്സിറ്റി ഓഫ് ബോൺ, യൂണിവേഴ്സിറ്റി ഓഫ് ബെർലിൻ എന്നിവിടങ്ങളിലായി വിദ്യാഭ്യാസം പൂർത്തിയാക്കി. സർവ്വകലാശാല വിദ്യാഭ്യാസത്തിനിടക്കു വെച്ച് 'യുവ ഹെഗേലിയന്മാർ' എന്നറിയപ്പെട്ടിരുന്ന പ്രഷ്യൻ ബുദ്ധിജീവികളുടെ ആശയങ്ങളിൽ ആകൃഷ്ടനായി. 1843 -ൽ ജെന്നി വോൺ വെസ്റ്റ്ഫാലനെ വിവാഹം കഴിച്ചു. വിദ്യാഭ്യാസത്തിനു ശേഷം ഒരു പത്രത്തിൽ ജോലി ചെയ്യാൻ തുടങ്ങി. പിൽക്കാലത്ത് പ്രശസ്തമായ വൈരുദ്ധ്യാത്മക ഭൗതികവാദം എന്ന പ്രമാണത്തിനു വേണ്ടി ചിന്തിക്കാനും പ്രവർത്തിക്കാനും തുടങ്ങിയത് അക്കാലത്താണ്. 1843 -ൽ പാരീസിലേക്കു മാറുകയും അവിടത്തെ രണ്ട് പത്രങ്ങൾക്കുവേണ്ടി എഴുതുവാനും തുടങ്ങി. പാരീസിൽ വെച്ചാണ് കാൾ മാർക്സ് ഫ്രെഡറിക്

ട്രയറിലുള്ള മാർക്സിന്റെ ജന്മവീട്,പിന്നീട് ഇത് മാർക്സിനോടുള്ള ആദരപൂർവ്വം മ്യൂസിയമാക്കി മാറ്റി.

ഏംഗൽസിനെ കണ്ടുമുട്ടുന്നത്. പിന്നീട് രണ്ടുപേരും ചേർന്ന് പുസ്തകങ്ങൾ എഴുതാനും പ്രവർത്തിക്കാനും തുടങ്ങി. ബ്രസൽസിലേക്കു നാടുകടത്തപ്പെട്ട കാൾ മാർക്സ് അവിടെ കമ്മ്യൂണിസ്റ്റ് ലീഗിന്റെ അറിയപ്പെടുന്ന ഒരു വ്യക്തിത്വം ആയിമാറി. 1849 –ൽ സർക്കാർ കാൾമാർക്സിനെ ലണ്ടനിലേക്ക് നാടുകടത്തി. ഇത്തവണ അദ്ദേഹം ഭാര്യയേയും കുട്ടികളേയും കൂടെ കൂട്ടിയിരുന്നു. സമൂഹത്തിന്റെ അടിസ്ഥാനശിലയായി തൊഴിലാളിവർഗ്ഗത്തെ കാണുകയും അവരോട് സംഘടിക്കാൻ ആഹ്വാനം ചെയ്യുകയും വഴി ലോകത്തെങ്ങുമുള്ള കമ്യൂണിസ്റ്റ് പ്രസ്ഥാനങ്ങളുടെ ആധാരമായ തത്ത്വചിന്താ പദ്ധതിയായ ശാസ്ത്രീയ സോഷ്യലിസത്തിന് അദ്ദേഹം തറക്കല്ലിട്ടു. ഭാവിയിൽ മനുഷ്യസമൂഹം എന്തെല്ലാം മാറ്റങ്ങൾക്ക് വിധേയമാവാൻ പോകുന്നു എന്ന് മാർക്സ് പ്രവചിക്കുകയും, തന്റെ നിരീക്ഷണങ്ങളെ യുക്തിപൂർവം സമർത്ഥിക്കുകയും ചെയ്തു.

കാൾ മാർക്സിന്റെ സാമൂഹ്യ, സാമ്പത്തിക ആശയങ്ങളെ പൊതുവേ മാർക്സിസം എന്നു വിളിക്കപ്പെടുന്നു. ചൂഷകവർഗ്ഗവും ചൂഷിതവർഗ്ഗവും തമ്മിലുള്ള വർഗ്ഗസമരത്തിലൂടെയാണ് എല്ലാ സമൂഹവും മുന്നോട്ടു പോകുന്നതെന്ന് കാൾ മാർക്സ് പറയുന്നു. അക്കാലത്ത് നിലനിന്നിരുന്ന സാമൂഹ്യ രീതിയെ മുതലാളിത്തം എന്ന് കാൾ മാർക്സ് വിശേഷിപ്പിച്ചു. മുതലാളിത്ത സാമൂഹ്യ വ്യവസ്ഥിതിയിലെ സ്വേച്ഛാധിപതികളും സ്വന്തം ലാഭത്തിനായി മാത്രം ജീവിച്ചുവരുന്നവരുമായ ബൂർഷ്വാസികൾ അഥവാ മുതലാളിവർഗ്ഗവും, അവരാൽ ചൂഷണം ചെയ്യപ്പെടുന്ന തൊഴിലാളികളും തമ്മിൽ നിരന്തര സംഘർഷത്തിൽ അഥവാ വർഗ്ഗസമരത്തിൽ ആയിരിക്കും. ആ സംഘർഷത്തിനൊടുവിൽ മുതലാളിത്തം തകർക്കപ്പെടുകയും പകരം സോഷ്യലിസം എന്ന പുതിയ രീതി നടപ്പിൽ വരുകയും ചെയ്യുമെന്ന് കാൾ മാർക്സ് വിശ്വസിച്ചു. സോഷ്യലിസം നടപ്പിലാകുന്ന ഒരു സമൂഹത്തിൽ തൊഴിലാളി വർഗ്ഗം ആയിരിക്കും സമൂഹത്തെ ഭരിക്കുക. സോഷ്യലിസത്തിന്റെ അടുത്ത ഘട്ടമായി വർഗ്ഗരഹിതമായ, മനുഷ്യരെല്ലാം സമന്മാരായി ജീവിക്കുന്ന, കമ്മ്യൂണിസം എന്ന ഒരു സാമൂഹ്യ സംവിധാനം നിലവിൽ വരും. സോഷ്യലിസവും, കമ്മ്യൂണിസവും സാമൂഹ്യവികാസത്തിന്റെ ഒഴിച്ചുകൂടാനാവാത്ത ഘട്ടങ്ങളാണെന്ന് മാർക്സ് വിശ്വസിച്ചിരുന്നു. എന്നാൽ സോഷ്യലിസം ആദ്യം നടപ്പിലാക്കാനാണ് കാൾ മാർക്സ് പരിശ്രമിച്ചിരുന്നത്.

മാർക്സിന്റെ ആശയങ്ങളെ സ്വീകരിച്ച സോഷ്യലിസ്റ്റ് പാർട്ടികൾ പിന്നീട് പല രാജ്യങ്ങളിലും അധികാരത്തിലെത്തുകയുണ്ടായി. 1922 –ൽ സോവിയറ്റ് യൂണിയനും, 1949 –ൽ പീപ്പിൾസ്

കാൾ തന്റെ മകളായ ജെന്നിയോടൊപ്പം 1864

റിപ്പബ്ലിക്ക് ഓഫ് ചൈനയും ഇതിനുദാഹരണങ്ങളാണ്. ലോകത്തെമ്പാടും പല തൊഴിലാളി യൂണിയനുകളും, തൊഴിലാളി വർഗ്ഗ പാർട്ടികളും മാർക്സിന്റെ ആശയങ്ങളെ പിന്തുടരുന്നവയാണ്. ലെനിനിസം, സ്റ്റാലിനിസം, മാവോയിസം, എന്നിവയെല്ലാം പിന്നീട് മാർക്സിന്റെ ആശയങ്ങളിൽ നിന്നും രൂപാന്തരം പ്രാപിച്ചതാണ്. ആധുനിക സാമൂഹിക ശാസ്ത്രത്തിന്റെ ശിൽപികളായ, എമിലി ദുർക്കെയിമും, മാക്സ് വെബറും തങ്ങൾ

പിന്നീട് രൂപപ്പെടുത്തിയെടുത്ത ആശയങ്ങൾക്ക് ആധികാരികമായി കടപ്പെട്ടിരിക്കുന്നത് കാൾ മാർക്സിനോടാണത്രെ. ലോക ചരിത്രത്തെ ഏറ്റവും സ്വാധീനിച്ച നൂറു വ്യക്തികളുടെ ഹ്രസ്വ ചരിത്രമാണ് ദ ഹൻഡ്രഡ് എന്ന പേരിൽ മൈക്കിൾ ഹാർട്ട് 1978 –ൽ പ്രസിദ്ധീകരിച്ച പുസ്തകം. ഈ പുസ്തകത്തിലെ നൂറുപേരുടെ പട്ടികയിൽ ഇരുപത്തിയേഴാം സ്ഥാനം കാൾ മാർക്സിനാണ്.

ചെറുപ്പകാലം

പഴയ യൂറോപ്യൻ രാജ്യമായിരുന്ന പ്രഷ്യയിലായിരുന്നു കാൾ മാർക്സിന്റെ ജനനം. പ്രഷ്യയിലെ ജർമ്മനിയുടെ പടിഞ്ഞാറും ഫ്രാൻസിന്റെ കിഴക്കുഭാഗത്തെയും അതിർത്തിക്കടുത്തുള്ള റൈൻലാൻഡ് എന്ന സ്ഥലത്ത് ട്രയർ എന്ന പട്ടണത്തിൽ 1818 മേയ് 5 –നാണ് അദ്ദേഹം ജനിച്ചത്. കാൾ മാർക്സിന്റെ കുടുംബം പരമ്പരാഗതമായി ജൂതമതത്തിൽ വിശ്വസിക്കുന്നവരായിയിരുന്നു. അദ്ദേഹത്തിന്റെ മുത്തച്ഛൻ അറിയപ്പെടുന്ന ഒരു യഹൂദഗുരു ആയിരുന്നു. മുച്ഛനെപ്പോലെ അച്ഛനും മതപരമായ വിദ്യാഭ്യാസം ലഭിച്ചിരുന്നു. എന്നാൽ കാളിന്റെ പിതാവ് ഹെർഷൽ മാർക്സ്, കാൾ മാർക്സ് ജനിക്കുന്നതിനു മുൻപുതന്നെ യഹൂദമതം ഉപേക്ഷിച്ച് പ്രൊട്ടസ്റ്റന്റ് ക്രിസ്തുമതം സ്വീകരിച്ചിരുന്നു. അങ്ങനെ അദ്ദേഹം ഹെൻറിച്ച് എന്ന പേരുകൂടി തന്റെ പേരിനൊപ്പം ചേർക്കുകയുണ്ടായി. സാമ്പത്തികമായി ഭേദപ്പെട്ട, മദ്ധ്യവർഗ്ഗ കുടുംബമായിരുന്നു മാർക്സിന്റേത്. ഈ കുടുംബത്തിന് മുന്തിരിത്തോട്ടങ്ങൾ സ്വന്തമായുണ്ടായിരുന്നു. 1815 –ൽ പിതാവ് ഹെർഷൽ മാർക്സ് ഒരു അഭിഭാഷകനായി ജോലി നോക്കാൻ തുടങ്ങി. നവോത്ഥാന മൂല്യങ്ങളിൽ വിശ്വസിച്ചിരുന്ന അദ്ദേഹത്തിന് ഇമ്മാനുവേൽ കാന്റിന്റേയും, വോൾട്ടയറിന്റേയും ആശയങ്ങളിലും താൽപര്യമുണ്ടായിരുന്നു. സ്വദേശമായ പ്രഷ്യയിലെ രാജവാഴ്ചയ്ക്ക് അറുതിവരുത്താനും ഭരണമാറ്റം വരുത്താനുമായി നടന്ന പ്രക്ഷോഭങ്ങളിൽ കാളിന്റെ പിതാവ് പങ്കുകൊണ്ടിരുന്നു. കാളിന്റെ മാതാവ് ഹെൻറിറ്റ പ്രെസ്ബർഗ് (20 ജൂലൈ 1788 30 നവംബർ 1863), പ്രാഥമികവിദ്യാഭ്യാസം മാത്രം ലഭിച്ച ഒരു ഡച്ച് യഹൂദ സ്ത്രീ ആയിരുന്നു. കുടുംബവും അതിലെ അംഗങ്ങളുടെ ക്ഷേമവും മാത്രമായിരുന്നു ആ സ്ത്രീയുടെ വികാരവിചാരങ്ങൾ. ഒരു വൻ വ്യവസായ കുടുംബത്തിലായിരുന്നു അവരുടെ ജനനം. ഈ കുടുംബമാണ് പിന്നീട് വൻകിട ഇലക്ട്രോണിക്സ് കമ്പനിയായ ഫിലിപ്സ് ഇലക്ട്രോണിക്സ് സ്ഥാപിച്ചത്. ഫിലിപ്സ് കമ്പനിയുടെ സ്ഥാപകരായിരുന്ന ഫ്രിറ്റ്സ് ഫിലിപ്സ്, ജെറാൾഡ്

ഫിലിപ്സ്, അന്റൺ ഫിലിപ്സ് എന്നിവരുടെ പിതൃ സഹോദരി ആയിരുന്നു കാളിന്റെ മാതാവ്. കാൾ മാർക്സിന്റെ അമ്മയുടെ സഹോദരൻ ഒരു ധനികനായ ബാങ്കർ ആയിരുന്നു. പിന്നീട് കാൾ മാർക്സ് സാമ്പത്തികമായി ബുദ്ധിമുട്ടു നേരിട്ടപ്പോഴൊക്കെ പണം കൊടുത്തു സഹായിച്ചിരുന്നത് ഈ അമ്മാവനായിരുന്നു.

ഹെൻറിച്ച് മാർക്സ്, ലൂഥർ സ്ഥാപിച്ച പ്രൊട്ടസ്റ്റന്റ് മതം സ്വീകരിച്ചു. 1817 –ൽ ജൂതൻമാർക്ക് പ്രഷ്യൻ കോടതികളിൽ ജോലി ചെയ്യുന്നതുമായി ബന്ധപ്പെട്ട ഒരു വിലക്ക് നിലവിൽ വന്നപ്പോഴായിരുന്നു ഇത്. 1818 –ൽ ആണ് കാൾ മാർക്സ് ജനിച്ചത്, മാമോദീസ കർമ്മം നടന്നത് 1824 ലും. എന്നാൽ 1825 വരെ കാൾ മാർക്സിന്റെ അമ്മ, പ്രൊട്ടസ്റ്റന്റ് മതം സ്വീകരിച്ചിട്ടില്ലായിരുന്നു. മാർക്സിന്റെ കുടുംബം പ്രൊട്ടസ്റ്റന്റ് മതം സ്വീകരിച്ചതിന് വ്യക്തമായ തെളിവുകൾ ഇപ്പോഴുമില്ല. എന്നാൽ കാൾ മാർക്സ് താൻ ഒരു നിരീശ്വരവാദി ആയിട്ടാണ് സ്വയം വിശേഷിപ്പിക്കാറ്.

കാൾ മാർക്സിന്റെ ബാല്യത്തെക്കുറിച്ച് വളരെ പരിമിതമായ അറിവുകളേ ലഭ്യമായുള്ളു. 1830 വരെ കാൾ വീട്ടിലിരുന്നാണ് വിദ്യാഭ്യാസം ചെയ്തത്. എന്നാൽ ഹൈസ്ക്കൂൾ വിദ്യാഭ്യാസത്തിനായ് അദ്ദേഹം ട്രയർ ഹൈസ്ക്കൂളിൽ ചേർന്നു. സ്കൂളിന്റെ പ്രധാന അദ്ധ്യാപകൻ, കാളിന്റ പിതാവിന്റെ ഒരു സുഹൃത്തായിരുന്നു. അദ്ദേഹം ധാരാളം ലിബറൽ ഹ്യൂമാനിസ്റ്റുകളെ തന്റെ സ്കൂളിൽ അദ്ധ്യാപകരായി നിയമിച്ചിട്ടുണ്ടായിരുന്നു. ഇത് അന്നത്തെ സർക്കാരിനെ രോഷാകുലരാക്കി. സ്ക്കൂൾ വിദ്യാർത്ഥികൾക്കിടയിൽ രാഷ്ട്രീയം പ്രചരിപ്പിക്കുന്നു എന്നാരോപിച്ച് സർക്കാർ പോലീസിനെക്കൊണ്ട് സ്കൂൾ അടപ്പിച്ചു. 1835 ൽ കാൾ തത്വശാസ്ത്രവും, സാഹിത്യവും പഠിക്കുന്നതിനായി ബോൺ സർവ്വകലാശാലയിൽ ചേർന്നു. എന്നാൽ കാളിന്റെ പിതാവിന് മകൻ നിയമം പഠിക്കുന്നതിലായിരുന്നു താൽപര്യം. ഒരു ജോലി ലഭിക്കുവാനായി നിയമപഠനം ആണ് നല്ലതെന്നായിരുന്നു അദ്ദേഹത്തിന്റെ വിശ്വാസം. പ്രഷ്യയിൽ അക്കാലത്ത് നിർബന്ധിത സൈനിക സേവനം ഉണ്ടായിരുന്നു, എന്നാൽ ഹൃദയഭാഗത്തുള്ള ഒരു അസുഖം കാരണം കാളിന് ഇതിൽ നിന്നും ഒഴിവാകാൻ പറ്റി. സർവ്വകലാശാല വിദ്യാഭ്യാസ കാലത്ത് കാൾ മദ്യപാനത്തോട് അമിത ആസക്തിയുള്ളവനായി കാണപ്പെട്ടു വിദ്യാഭ്യാസത്തോടുള്ള താൽപര്യം കുറഞ്ഞതോടെ അദ്ദേഹത്തിന്റെ പിതാവ് കുറച്ചുകൂടെ നല്ല വിദ്യാഭ്യാസം കിട്ടുന്നതിനായി ബെർലിൻ സർവകലാശാലയിലേക്കു കാളിനെ മാറ്റി. അവിടെ കാൾ കൂടുതൽ ശ്രദ്ധവെച്ചത് തത്ത്വശാസ്ത്രവും, ചരിത്രവും പഠിക്കാനായിരുന്നു.

മഹാത്മാ ഗാന്ധി

മോഹൻദാസ് കരംചന്ദ് ഗാന്ധി അഥവാ (1869 ഒക്ടോബർ 2 – 1948 ജനുവരി 30) ഇന്ത്യൻ സ്വാതന്ത്ര്യസമര പ്രസ്ഥാനത്തിന്റെ നേതാവും വഴികാട്ടിയുമായിരുന്നു. ഇന്ത്യയുടെ 'രാഷ്ട്രപിതാവ്' എന്ന് അദ്ദേഹം വിശേഷിപ്പിക്കപ്പെടുന്നു. അഹിംസയിലൂന്നിയ സത്യാഗ്രഹം എന്ന സമര സിദ്ധാന്തത്തിലൂടെ ലോകമെമ്പാടും ഗാന്ധി ശ്രദ്ധേയനായി. മഹത്തായ ആത്മാവ് എന്നർത്ഥം വരുന്ന മഹാത്മാ, അച്ഛൻ എന്നർത്ഥംവരുന്ന ബാപ്പു എന്നീ നാമവിശേഷണങ്ങൾ ജനഹൃദയങ്ങളിൽ അദ്ദേഹത്തിനുള്ള സാന്നിധ്യം വ്യക്തമാക്കുന്നു. കേവലമൊരു രാഷ്ട്രീയ നേതാവ് എന്നതിനേക്കാൾ ദാർശനികനായും ഗാന്ധി ലോകമെമ്പാടും അറിയപ്പെടുന്നു.

ഏറ്റവും കഠിനമായ പ്രതിസന്ധിഘട്ടങ്ങളിലും സത്യം, അഹിംസ എന്നീ മൂല്യങ്ങളിൽ അടിയുറച്ചു പ്രവർത്തിക്കുവാനും ജീവിതചര്യയാക്കി മാറ്റുന്നതിനും മഹാത്മാഗാന്ധി ശ്രദ്ധിച്ചു. ജീവിതകാലം മുഴുവൻ അദ്ദേഹം ഹൈന്ദവ തത്ത്വശാസ്ത്രങ്ങളു

ടെ പ്രായോക്താവായിരുന്നു. എല്ലാ വിധത്തിലും സ്വയാശ്രയത്വം പുലർത്തിയ ഒരു ആശ്രമം സ്ഥാപിച്ച് അവിടെ ലളിത ജീവിതം നയിച്ച് അദ്ദേഹം പൊതുപ്രവർത്തകർക്കു മാതൃകയായി. സ്വയം നൂൽനൂറ്റുണ്ടാക്കിയ വസ്ത്രം ധരിച്ചു; സസ്യാഹാരം മാത്രം ഭക്ഷിച്ചു. ഉപവാസം അഥവാ നിരാഹാരം ആത്മശുദ്ധീകരണത്തി നും പ്രതിഷേധത്തിനുമുള്ള ഉപാധിയാക്കി.

ഗാന്ധിജിയുടെ ദർശനങ്ങൾ ആഗോള തലത്തിൽ ഒട്ടേറെ പൗരാവകാശ പ്രവർത്തകരെ സ്വാധീനിച്ചു. മാർട്ടിൻ ലൂഥർ കിംഗ്, സ്റ്റീവ് ബികോ, നെൽസൺ മണ്ടേല, ഓങ് സാൻ സൂ ചി എന്നി വർ ഗാന്ധിയൻ ആശയങ്ങൾ സ്വാംശീകരിച്ചവരിൽപെടുന്നു. ഭാരതീയർ മഹാത്മാഗാന്ധിയെ രാഷ്ട്രപിതാവായി ആദരിക്കുന്നു, എന്നാൽ ഈ പദവി ഔദ്യോഗികമല്ല. അദ്ദേഹത്തിന്റെ ജന്മദിന മായ ഒക്ടോബർ 2 ഗാന്ധിജയന്തി എന്ന പേരിൽ ദേശീയാവധി നൽകി ആചരിക്കുന്നു. അഹിംസാധിഷ്ഠിത സത്യാഗ്രഹം എന്ന ഗാന്ധിയൻ ആശയത്തോടുള്ള ബഹുമാനാർത്ഥം ഐക്യരാഷ്ട്രസഭ അന്നേ ദിവസം അന്താരാഷ്ട്ര അഹിംസാ ദിനമായും പ്രഖ്യാ പിചിട്ടുണ്ട്

കരംചന്ദ് ഗാന്ധിയുടേയും പുത്‌ലീബായിയുടേയും മൂന്നു പുത്രന്മാരിൽ ഇളയവനായി 1869 ഒക്ടോബർ 2ന് ഗുജറാത്തിലെ പോർബന്ദറിലാണ് മോഹൻദാസ് ജനിച്ചത്. ഒരു സഹോദരിയും (റലിയത്ത് ബഹൻ) അദ്ദേഹത്തിനുണ്ടായിരുന്നു. അദ്ദേഹത്തിന്റെ പിതാവ് കരംചന്ദ് വാങ്കനഗറിലും രാജ്കോട്ടിലേയും പ്രധാന മന്ത്രിയായിരുന്നു.

മോഹൻദാസിന്റെ പ്രാഥമിക വിദ്യാഭ്യാസം രാജ്കോട്ടിലായിരുന്നു. ഹൈസ്കൂളിൽ പഠിക്കുമ്പോൾ പതിമൂന്നാമത്തെ വയസ്സിൽ (1881) പോർബന്ദറിലെ വ്യാപാരിയായ ഗോകുൽദാസ് മകാൻജിയുടെ മകൾ കസ്തൂർബയെ വിവാഹം കഴിച്ചു. നിരക്ഷരയായ കസ്തൂർബായെ മോഹൻദാസ് പഠിപ്പിച്ചു. വിവാഹത്തിനു ശേഷവും തന്റെ വിദ്യാഭ്യാസം അദ്ദേഹം തുടർന്നു. ചെറുപ്പകാലത്ത് അത്രയൊന്നും മിടുക്കനായ വിദ്യാർത്ഥിയായിരുന്നില്ല മോഹൻദാസ്. മെട്രിക്കുലേഷൻ വളരെ കഷ്ടപ്പെട്ടാണ് വിജയിച്ചത്. ബാരിസ്റ്റർ ആവാനായി കുടുംബാംഗങ്ങൾ നിർബന്ധിച്ചതിനാലാണ് വിദ്യാഭ്യാസം തുടർന്നതെന്ന് അദ്ദേഹം പറഞ്ഞിട്ടുണ്ട്.

1887 -ലായിരുന്നു മോഹൻദാസ് മെട്രിക്കുലേഷൻ പൂർത്തിയാക്കിയത്. പിന്നീട് ഭവനഗറിലെ സമൽദാസ് കോളേജിൽ പഠനം തുടർന്നു. ജ്യേഷ്ഠന്റെ നിർബന്ധത്തിനു വഴങ്ങി 1888 സെപ്റ്റംബർ മാസത്തിൽ നിയമം പഠിക്കാനായി ഇംഗ്ലണ്ടിലേക്ക് കപ്പൽ കയറി.

ഇംഗ്ലണ്ടിൽ

ലണ്ടനിലെ ഓക്സ്ഫോർഡ് യൂണിവേഴ്സിറ്റിയിലാണ് അദ്ദേഹം നിയമം പഠിച്ചത്. ലണ്ടനിലേക്ക് കപ്പൽ കയറുമ്പോൾ മദ്യവും മാംസവും കഴിക്കില്ലെന്ന് അമ്മയ്ക്ക് വാക്കു കൊടുത്തിരുന്നു. ആ വാക്കു പാലിച്ച് പൂർണ്ണ സസ്യഭുക്കായിത്തന്നെ ലണ്ടനിൽ കഴിച്ചുകൂട്ടി. ഇക്കാര്യത്തിൽ അമ്മയോടുള്ള വാക്കു

മോഹൻദാസും കസ്തൂർബയും

പാലിച്ചതിനുപുറമേ സസ്യാഹാരത്തെപ്പറ്റി പഠിക്കുകയും അതിന്റെ ഗുണത്തെക്കുറിച്ച് അറിവ് നേടുകയും വെജിറ്റേറിയൻ ക്ലബ്ബിൽ ചേർന്ന് അതിന്റെ നിർവ്വാഹക സമിതിയിലേയ്ക്ക് തിരഞ്ഞെടുക്കപ്പെടുകയും ചെയ്തു. പിന്നീട് അദ്ദേഹം ഈ ക്ലബ്ബിന്റെ ഒരു ചെറിയ വിഭാഗം പ്രാദേശികമായി തുടങ്ങി.

ഇത് അദ്ദേഹത്തെ പൊതുപ്രവർത്തനത്തിൽ പരിശീലനം നേടാൻ സഹായിച്ചു. ഈ ക്ലബ്ബിൽ വച്ച് അദ്ദേഹം പരിചയപ്പെട്ട ചില സസ്യഭുക്കുകൾ അക്കാലത്ത് സാർവ്വത്രിക സാഹോദര്യം കെട്ടിപ്പടുക്കുന്നതിനായി പ്രവർത്തിച്ചിരുന്ന തിയോസൊഫികൽ സൊസൈറ്റി എന്ന ഒരു രാജ്യാന്തര സംഘത്തിന്റെ പ്രവർത്തകരായിരുന്നു. അവരിലൂടെ ഗാന്ധി ഹിന്ദുത്വം, ബുദ്ധമതം, ബ്രാഹ്മണ സാഹിത്യം തുടങ്ങിയവ പഠിക്കാൻ ഇടയായി. ഇംഗ്ലണ്ടിൽ വച്ചാണ് അദ്ദേഹം ആദ്യമായി ഭഗവദ് ഗീത വായിക്കുന്നത്. ഗാന്ധിയുടെ ആത്മീയ ജിവിതത്തിൽ വലിയ സ്വാധീനം ചെലുത്തിയ ഒരു ഗ്രന്ഥമായിരുന്നു അത്. അന്നുവരെ മതകാര്യങ്ങളിൽ പ്രത്യേക ശ്രദ്ധയൊന്നുമില്ലാതിരുന്ന മോഹൻദാസ് ബൈബിൾ, ഖുർആൻ തുടങ്ങിയ മതഗ്രന്ഥങ്ങളും പഠിച്ചു.

ലണ്ടൻ മെട്രിക്കുലേഷൻ പരീഷ എഴുതിയെങ്കിലും ആദ്യം ലത്തീനിൽ പരാജയപ്പെട്ടു. എങ്കിലും വീണ്ടും എഴുതി അതിൽ വിജയം കൈവരിച്ചു. 1891ൽ നിയമപഠനം പൂർത്തിയാക്കി ഇന്ത്യയിൽ തിരിച്ചെത്തി. അമ്മയുടെ മരണവാർത്തയാണ് അദ്ദേഹത്തെ ഇന്ത്യയിൽ എതിരേറ്റത്. ഇന്ത്യയിൽ എത്തിയ ശേഷം മുംബയിലെ കോടതിയിൽ അഭിഭാഷക വൃത്തി ആരംഭിച്ചുവെങ്കിലും ആദ്യത്തെ വ്യവഹാരത്തിൽത്തന്നെ ശരീരം വിറച്ച് ഒരക്ഷരം മിണ്ടാൻ പറ്റാതെ ജോലി അവസാനിപ്പിച്ച് മടങ്ങി. പിന്നീട് അദ്ദേഹം ആവശ്യക്കാർക്ക് പരാതി എഴുതിക്കൊടുക്കുന്ന ജോലി നോക്കിയെങ്കിലും ഇത് മൂത്ത ജ്യേഷ്ഠന് ഇഷ്ടപ്പെട്ടില്ല. ജ്യേഷ്ഠന്റെ നിർബന്ധഫലമായി അദ്ദേഹം സേട്ട് അബ്ദുള്ള എന്ന ദക്ഷിണാഫ്രിക്കൻ വ്യാപരിയുടെ ദാദാ അബ്ദുള്ള ആന്റ് കോ എന്ന ദക്ഷിണാഫ്രിക്കൻ കമ്പനിയുടെ വ്യവഹാരങ്ങൾ വാദിക്കുന്ന ഒരു വക്കീലായി ജോലി ഏറ്റെടുത്തു.

ദക്ഷിണാഫ്രിക്കയിൽ

1893 -ൽ ഗാന്ധി വീണ്ടും ദക്ഷിണാഫ്രിക്കയിൽ നാറ്റാളിൽ എത്തി. എന്നാൽ ദക്ഷിണാഫ്രിക്കയിലെ വർണ്ണവിവേചനം അദ്ദേഹത്തിന്റെ മനസ്സിനെ പുതിയൊരു രീതിയിൽ ചിന്തിക്കാൻ പ്രേരിപ്പിച്ചു. വെള്ളക്കാർ മറ്റെല്ലാ ആളുകളേയും അധമരായാണ് കണക്കാക്കിയിരുന്നത്. തീവണ്ടിയിൽ ഉയർന്ന ശ്രേണികളിലെ കൂപ്പകളിൽ ഇന്ത്യക്കാരേയോ കറുത്ത വർഗ്ഗക്കാരെയോ കയറാൻ

അനുവദിച്ചിരുന്നില്ല. വെള്ളം കുടിക്കാനുള്ള പൊതു ടാപ്പുകളിൽ നിന്ന് വെള്ളം കുടിച്ചാൽ പോലും അക്കൂട്ടർക്ക് കടുത്ത ശിക്ഷ നൽകപ്പെട്ടിരുന്നു.

ഒരിക്കൽ വെള്ളക്കാർക്ക് മാത്രം സഞ്ചരിക്കാവുന്ന എ ക്ലാസ് കൂപ്പയിൽ യാത്രചെയ്തതിന് ഗാന്ധിയെ മർദ്ദിക്കുകയും വഴിയിൽ പീറ്റർമാരീറ്റ്സ്ബർഗിൽ ഇറക്കി വിടുകയും ചെയ്തു. തുടർന്ന് താഴ്ന്ന ക്ലാസിൽ യാത്ര തുടർന്ന അദ്ദേഹത്തെ തീവണ്ടിയുടെ ഗാർഡ് ഒരു വെള്ളക്കാരന് സ്ഥലം കൊടുക്കാഞ്ഞതിന് തല്ലി. ഈ സംഭവത്തിനുശേഷം ഗാന്ധി, ഇത്തരം അനാചാരങ്ങൾക്കെതിരെ പ്രവർത്തിക്കാൻ തീരുമാനിച്ചു.

പ്രിട്ടോറിയയിലെ തയ്യബ് ഹാജി ഖാൻ മുഹമ്മദ് എന്ന ഇന്ത്യാക്കാരനായ വ്യാപാരിയുടെ സഹകരണത്തോടെ അവിടത്തെ ഇന്ത്യാക്കരുടെ ഒരു യോഗം വിളിച്ചു കൂട്ടി ദക്ഷിണാഫ്രിക്കയിലെ ഇന്ത്യാക്കാർ അനുഭവിക്കുന്ന കഷ്ടതകൾക്കെതിരെ അദ്ദേഹം സംസാരിച്ചു. ഇംഗ്ലണ്ടിൽ പോലും ഇത്തരം അനാചാരങ്ങൾ ഇല്ലെന്ന് അദ്ദേഹം ഓർമ്മിപ്പിച്ചു. ഗാന്ധിയുടെ ആദ്യത്തെ പൊതുപ്രസംഗം അതായിരുന്നു. ഇന്ത്യാക്കാരുടെ വിദ്യാഭ്യാസമില്ലായ്മയും ശുചിത്വക്കുറവുമാണ് ഇതിനു കാരണം എന്നു വിശ്വസിച്ച്, അവ പരിഹരിക്കാനുള്ള നടപടികൾ അദ്ദേഹം ആസൂത്രണം ചെയ്തു. തീവണ്ടികളിൽ ഒന്നും രണ്ടും ക്ലാസ്സുകളിൽ പ്രവേശനം കിട്ടാനായി റെയിവേ അധികൃതരുമായി ഗാന്ധി കത്തിടപാടുകൾ നടത്തി. ഇന്ത്യാക്കാരുടെ സാമ്പത്തിക സാമൂഹികനിലവാരത്തെക്കുറിച്ച് അദ്ദേഹം പഠിക്കാൻ ആരംഭിച്ചു. മതപരവും ആദ്ധ്യാത്മികവുമായ വളരെ ഗ്രന്ഥങ്ങൾ അദ്ദേഹം ഇക്കാലത്ത് പഠിച്ചു. അദ്ദേഹം താമസിയാതെ കൂടുതൽ സമയ രാഷ്ട്രീയ പ്രവർത്തനത്തിലെക്ക് ഇറങ്ങി. ഇതിന്റെ ഭാഗമായി, സുഹൃത്തുക്കള

ുമൊത്ത് നറ്റാൾ ഇന്ത്യൻ കോൺഗ്രസ്സ് എന്ന പ്രസ്ഥാനം ആരംഭിച്ചു. ഇത് ഇന്ത്യാക്കാരുടെ അവകാശബോധത്തിൽ കാതലായ മാറ്റം ഉണ്ടാക്കി. നറ്റാളിലെ കരാർ തൊഴിലാളികളുടെ പ്രശ്നങ്ങളിലും അദ്ദേഹം ഇടപെട്ടു. താമസിയാതെ ദക്ഷിണാഫ്രിക്കയിൽ അദ്ദേഹം 'ഗാന്ധിജി' എന്ന് അറിയപ്പെടാൻ തുടങ്ങി. 1896 –ൽ അദ്ദേഹം ഭാര്യയേയും കുട്ടികളേയും കൊണ്ടുവരാനായി നാട്ടിലേക്ക് ഹ്രസ്വ സന്ദർശനം നടത്തി. രാജ്കോട്ടിലെത്തിയ ഗാന്ധി ദക്ഷിണ ാഫ്രിക്കയിലെ ഇന്ത്യക്കാരുടെ നില വിവരിച്ചുകൊണ്ട് ലഘുലേ ഖകളും പത്രപ്രസ്താവകളും ഇറക്കുകയും ജസ്റ്റീസ് റാനഡേ, ജസ്റ്റീസ് ബദറുദ്ദീൻ തയ്ബാജി, സർ ഫിറോസ് ഷാ മേത്ത എന്നി വരുമായി ഇക്കാര്യം ചർച്ച ചെയ്യുകയും ചെയ്തു. ഇതിനിടക്ക് മുംബൈയിൽ പ്ലേഗ് പടർന്നപ്പോൾ ശുചീകരണപ്രവർത്തനങ്ങ ളിലും ഏർപ്പെട്ടു. പൂനെയിൽ 'ലോകമാന്യ' ബാലഗംഗാധര തിലക്, ഗോപാലകൃഷ്ണ ഗോഖലെ എന്നിവരെ സന്ദർശിച്ചു.

1896 –ൽ ഡർബനിലെ പാർലമെന്റ്, വോട്ടവകാശം കറുത്ത വർഗ്ഗക്കാർക്കും ഇന്ത്യാക്കാർക്കും വിലക്കിക്കൊണ്ട് നിയമം കൊണ്ടുവരാൻ തീരുമാനിച്ചപ്പോൾ ഇതിനെതിരായി പോരാടാൻ അവിടത്തുകാർ ഗാന്ധിയോട് അഭ്യർത്ഥിച്ചിരുന്നു. പാർലമെൻറ് അടച്ചതിനാൽ കാര്യമായി ഒന്നും ചെയ്യാൻ പറ്റാത്തതിനാലാണ് അദ്ദേഹം നാട്ടിലേക്ക് വന്നത്. എന്നാൽ പാർലമെൻറ് ജനുവരിയിൽ തുടങ്ങുമെന്നും അടിയന്തരമായി തിരിച്ചു വരണമെന്നുമുള്ള സന്ദേശം അദ്ദേഹത്തിന് ലഭിച്ചപ്പോൾ, രണ്ടു മക്കൾ, വിധവയായ സഹോദരിയുടെ പുത്രൻ, ഭാര്യ കസ്തൂർബാ, എന്നിവരോടൊപ്പം 1897 ഡിസംബർ ആദ്യവാരം ഗാന്ധി ഡർബനിലേയ്ക്ക് യാത്രയായി. തിരിച്ചെത്തിയ അദ്ദേഹത്തെ വെള്ളക്കാരായ ഒരു കൂട്ടം ആളുകൾ ആക്രമിച്ച് പരിക്കേല്പിച്ചു. എന്നാൽ അദ്ദേഹം അവർക്കെതിരായി വ്യവഹാരം നടത്താൻ ഇഷ്ടപ്പെട്ടില്ല. ഇതിനെക്കുറിച്ച് ചോദിച്ചപ്പോൾ വ്യക്തിപരമായ പീഡനങ്ങൾക്ക് കോടതിയിൽ പകരം ചോദിക്കുന്നത് തനിക്കിഷ്ടമല്ല എന്നായിരുന്നു അദ്ദേഹത്തിന്റെ മറുപടി. ഇത് അദ്ദേഹത്തിന്റെ വ്യക്തിമാഹാത്മ്യം കാണിക്കുന്ന ആദ്യത്തെ സംഭവങ്ങളിൽ ഒന്നായി കണക്കാക്കപ്പെടുന്നു. നറ്റാൾ നിയമസഭയിൽ അവതരിപ്പിക്കപ്പെട്ട നിഷ്ഠുരമായ കരടുബില്ലുകൾക്കെതിരായി അദ്ദേഹം നിരവധി പ്രചാരണപരിപാടികൾ സംഘടിപ്പിച്ചു. കോളോണിയൽ സെക്രട്ടറി ക്ക് നിവേദനവും നൽകി. ഇതിനിടക്ക് ബോവർ യുദ്ധത്തിൽ ഒരു സന്നദ്ധസേവകനായും അദ്ദേഹം പങ്കെടുത്തു. യുദ്ധസമയത്ത് രോഗികളെ ശുശ്രൂഷിക്കാൻ ഇന്ത്യൻ ആംബുലൻസ് കോർപ്സ് എന്ന സംഘടനയിൽ ചേർന്നതിന് പിന്നീട് അദ്ദേഹം ആദരിക്കപ്പെടുകയുണ്ടായി.

ദക്ഷിണാഫ്രിക്കയിൽ വച്ച് ഗാന്ധിക്കും കസ്തൂർബായ്ക്കും രണ്ട് ആൺകുട്ടികൾ കൂടി പിറന്നു. രാംദാസ് ഗാന്ധിയും (1897) ദേവ്ദാസ് ഗാന്ധിയും(1900). 1901 ഡിസംബറിൽ അദ്ദേഹം ഇന്ത്യയിൽ തിരിച്ചെത്തി. കൊൽക്കത്തയിലെ ദേശീയ കോൺഗ്രസ്സിൽ പങ്കെടുക്കുകയായിരുന്നു ലക്ഷ്യം. 1901 ഡിസംബർ 27 –ന് ഡി.എ. വാച്ചയുടെ അദ്ധ്യക്ഷതയിൽ ചേർന്ന കോൺഗ്രസ്സിൽ അദ്ദേഹം ദക്ഷിണാഫ്രിക്കൻ ഇന്ത്യാക്കാരുടെ അവശതകളെക്കുറിച്ച് പ്രമേയം അവതരിപ്പിച്ചു. തുടർന്ന് കുറച്ചുകാലം ഗോഖലെയുടെ അതിഥിയായി നിരവധി സ്ഥലങ്ങൾ സന്ദർശിച്ചശേഷം ഗാന്ധി ദക്ഷിണാഫ്രിക്കയിലേക്ക് തിരിച്ചുപോയി.

ട്രാൻസ്‌വാൾ പ്രവിശ്യാ സർക്കാരിനെതിരായി 1907 മാർച്ച് 22 –ന് ഗാന്ധി സത്യാഗ്രഹസമരം ആരംഭിച്ചു. എല്ലാ ഇന്ത്യക്കാരും വിരലടയാളം പതിച്ച രജിസ്ട്രേഷൻ കാർഡ് എപ്പോഴും സൂക്ഷിക്കണമെന്ന ഏഷ്യാറ്റിക് ലോ അമെൻഡ്മെൻറ് ഓർഡിനൻസ് എന്ന ബില്ലിനെതിരായിരുന്നു സത്യാഗ്രഹം. ഈ രജിസ്ട്രേഷൻ കാർഡില്ലാത്തവരെ അറസ്റ്റ് ചെയ്യാനും നാടുകടത്താനും വ്യവസ്ഥയുണ്ടായിരുന്നു. 1908 ജനുവരി 10ന് അദ്ദേഹത്തെ അറസ്റ്റ് ചെയ്തു രണ്ടു മാസക്കാലത്തേയ്ക്ക് ജയിലിലടച്ചു. എങ്കിലും താമസിയാതെ ജനറൽ സ്മട്സിന്റെ നിർദ്ദേശപ്രകാരം മോചിപ്പിച്ചു. വീണ്ടും അദ്ദേഹത്തെ 1913 നവംബർ 6 –ന് അറസ്റ്റ് ചെയ്തു. ഇതിൽ പ്രതിഷേധിച്ച് നവംബർ 25 –ന് നറ്റാളിൽ യോഗം ചേർന്നവർക്കു നേരെ പോലീസ് വെടിവയ്ക്കുകയും രണ്ടു ഇന്ത്യാക്കാർ മരിക്കുകയും നിരവധിപേർക്ക് പരിക്കേൽക്കുകയും ചെയ്തു. തുടർന്ന് ഗാന്ധിജിയെ ഒൻപതു മാസത്തേയ്ക്ക് ജയിലിലടച്ചു. പിന്നീട് പുറത്തിറങ്ങിയ ഗാന്ധി, ഇന്ത്യാക്കാർ അവരവർ താമസിക്കുന്ന പ്രവിശ്യ വിട്ട് പുറത്ത് പോകാൻ പാടില്ല എന്ന നിയമത്തിനെതിരായി, 2037 പുരുഷന്മാരും 129 സ്ത്രീകളും 57 കുട്ടികളുമായി ട്രാൻസ്‌വാളിലേയ്ക്ക് ഒരു മാർച്ച് നടത്തി. അവരെ അറസ്റ്റ് ചെയ്ത് ജയിലിലടച്ചപ്പോൾ ലഹള പൊട്ടിപ്പുറപ്പെട്ടു. 1914 ജൂൺ 30ന് സർക്കാർ ഒത്തു തീർപ്പുകൾക്ക് തയ്യാറായി.

ഇന്ത്യയിൽ

ഇന്ത്യയിലേക്ക് മടങ്ങിയ ഗാന്ധി 1915 ജനുവരി 9 –ന് മുംബൈ തുറമുഖത്ത് കപ്പലിറങ്ങി. കാര്യങ്ങൾ നേരിട്ട് പഠിക്കാനായി അദ്ദേഹം ഇന്ത്യ മുഴുവനും സഞ്ചരിച്ചു. അന്ന് ഇൻഡ്യൻ ദേശീയതയുടെ നായകരായിരുന്ന നേതാക്കന്മാരെയെല്ലാം സന്ദർശിച്ചു. ദക്ഷിണാഫ്രിക്കയിലെ ഫീനിക്സ് ആശ്രമത്തിൽ നിന്നും വന്ന വിദ്യാർത്ഥികളെ അക്കാലത്ത് രവീന്ദ്രനാഥ ടാഗോർ

ശാന്തിനികേതനിലേയ്ക്ക് ക്ഷണിക്കുകയുണ്ടായി. അങ്ങനെയാണ് ഗാന്ധിജിയും ടാഗോറും പരിചയപ്പെടുന്നത്. മരിക്കുവോളം നീണ്ട ഒരു സുഹൃദ്ബന്ധത്തിന്റെ തുടക്കമായിരുന്നു അത്. അഹമ്മദാബാദിലെ കൊച്ച്റാബിൽ 1915 മേയ് 25 -ന് അദ്ദേഹം സത്യാഗ്രഹാശ്രമം സ്ഥാപിച്ചു. ജനസേവനത്തിന് ആത്മസമർപ്പണം ചെയ്യുന്നവർ അഹിംസ, സത്യം, അസ്തേയം, അപരിഗ്രഹം, ബ്രഹ്മചര്യം എന്നിവ നിഷ്ഠയോടെ ആചരിക്കണമെന്ന് ഗാന്ധിജി നിർദ്ദേശിച്ചു. സ്വയം നൂൽ നൂറ്റുകൊണ്ട് വസ്ത്രമുണ്ടാക്കുക എന്ന അടിസ്ഥാനത്തിലുള്ള ഖാദി പ്രസ്ഥാനത്തിന് അദ്ദേഹം രൂപം നൽകി. 1917 ഏപ്രിൽ 16 -ന് ചമ്പാരൻ ജില്ലയിൽ തോട്ടം തൊഴിലാളികളെ ബ്രിട്ടീഷ് കരാർ വ്യവസ്ഥയനുസരിച്ചുള്ള അടിമത്തത്തിൽ നിന്ന് മോചിപ്പിക്കാൻവേണ്ടി നടത്തിയ സമരത്തിൽ ഗാന്ധി ഇന്ത്യയിൽ വച്ച് ആദ്യമായി അറസ്റ്റ് വരിച്ചു. പിന്നീട് 1917–18 കാലത്ത് അദ്ദേഹത്തിന്റെ ശ്രമഫലമായി ഗുജറാത്തിലെ ഖേഡ കർഷക സമരം, അഹമ്മദാബാദിലെ തൊഴിൽ പ്രശ്നം തുടങ്ങിയവ ഒത്തു തീർപ്പാക്കി. 1917 ജൂണിൽ സത്യാഗ്രഹാശ്രമം സബർമതിയിലേക്ക് മാറ്റി. പിന്നീട് ഇത് സബർമതി ആശ്രമം എന്ന് അറിയപ്പെടാൻ തുടങ്ങി. അക്കാലത്ത് നെഹറുവായിരുന്നു ഗാന്ധിജിയെ ആദ്യമായി മഹാത്മാ എന്ന് വിശേഷിപ്പിച്ചത്. ഒന്നാം ലോകമഹായുദ്ധം നടക്കുന്ന സമയമായിരുന്നു അത്. യുദ്ധത്തിനു ശേഷമെങ്കിലും ബ്രിട്ടീഷുകാരുടെ നയത്തിന് മാറ്റമുണ്ടാവുമെന്ന് എല്ലവരും കരുതിയെങ്കിലും ആ പ്രതീക്ഷ സഫലമായില്ല. ഇന്ത്യയിലങ്ങോളമിങ്ങോളം പ്രതിഷേധസമരങ്ങൾ ശക്തമായിത്തീർന്നു. ഇതിനകം ഗാന്ധിജിയെ നേതാവായി മറ്റു നേതാക്കൾ അംഗീകരിച്ചു തുടങ്ങിയിരുന്നു. ദക്ഷിണാഫ്രിക്കയിൽ അദ്ദേഹം നടത്തിയ സമരങ്ങളും അതിന് കാരണമായിരുന്നു.

സത്യാഗ്രഹം എന്ന സമരമാർഗ്ഗം

ദക്ഷിണാഫ്രിക്കയിൽ ഗാന്ധിജി അഭിഭാഷകനായി സേവനം അനുഷ്ഠിക്കുന്ന കാലത്താണ് സത്യാഗ്രഹം എന്ന സമരമാർഗ്ഗം വികസിപ്പിച്ചെടുക്കുന്നത്. അതിനാലാണ് ദക്ഷിണാഫ്രിക്കയെ 'ഗാന്ധിജിയുടെ രാഷ്ട്രീയ പരീക്ഷണ ശാല' എന്നു വിശേഷിപ്പിക്കുന്നത്. ഗാന്ധി പറയുന്നു. 'ഏതു തരത്തിലുള്ള പീഡനത്തേയും അടിച്ചമർത്തലിനേയും നേരിടാൻ തയ്യാറാകുന്ന സത്യാഗ്രഹി സ്വായത്തമാക്കേണ്ടിയിരിക്കുന്നത് ആത്മനിഷ്ഠമായ ശക്തിയാണ്'. ഒന്നാം ലോക മഹായുദ്ധത്തിനുശേഷം ഇന്ത്യൻ ദേശീയ പ്രസ്ഥാനത്തിന്റെ അമരക്കാരനായിത്തീർന്ന ഗാന്ധിജി 30 കൊല്ലക്കാലം ഇന്ത്യൻ ജനതയുടെ സ്വാതന്ത്ര്യ സമര യത്നങ്ങൾക്ക് ചുക്കാൻ പിടിച്ചു. അതിനാലാണ് അദ്ദേഹം ഇന്ത്യയുടെ രാഷ്ട്രപിതാവ് എന്നറിയപ്പെടുന്നത്.

നിസ്സഹകരണ സമരം

റൌലക്റ്റ് ആക്ട് എന്ന നിയമത്തിനെതിരെ 1919 മാർച്ച് 30 -ന് ഹർത്താൽ ആചരിക്കാൻ ഗാന്ധി ആഹ്വാനം ചെയ്തു. നിസ്സഹകരണ സമരം അന്നാണ് തുടങ്ങിയത്. ഹർത്താലിന്റെ തിയ്യതി മാറ്റിയെങ്കിലും പലയിടങ്ങളിലും മാർച്ച് 30 -നു തന്നെ ഹർത്താൽ ആചരിക്കപ്പെട്ടു. ആളുകൾ ഗാന്ധിയുടെ വാക്കനുസരിച്ച് വിദ്യാലയങ്ങളും കോടതികളും ബഹിഷ്കരിക്കുകയും ബ്രിട്ടീഷ് സ്ഥാനങ്ങളും സ്ഥാനപ്പേരുകളും ഉപേക്ഷിക്കുകയും ചെയ്തു.

ദില്ലിയിൽ നടന്ന പോലീസ് വെടിവയ്പിനെക്കുറിച്ച് അന്വേഷിക്കാൻ അങ്ങോട്ടു പോയ ഗാന്ധിയെ നിരോധനാജ്ഞ ലംഘിച്ചു എന്ന പേരിൽ ഏപ്രിൽ 10 -ന് അറസ്റ്റ് ചെയ്തു. അറ്സ്റ്റിൽ പ്രതിഷേധിച്ച് ഇന്ത്യയെങ്ങും ഹർത്താൽ ആചരിക്കപ്പെട്ടു. ഇതിനെത്തുടർന്ന് ഏപ്രിൽ 13ന് ജാലിയൻ വാലാബാഗിൽ വച്ച് സമരക്കാർ കൂട്ടക്കൊല ചെയ്യപ്പെട്ടു. ഇതേ തുടർന്ന് നിയമ ലംഘന സമരം താൽകാലികമയി ഏപ്രിൽ 18 -ന് നിർത്തിവച്ചു. ഉത്തർപ്രദേശിലെ ചൗരിചൌരാ എന്ന സ്ഥലത്ത് ജനക്കൂട്ടം രോഷം പൂണ്ട് പോലീസ് സ്റ്റേഷൻ ചുട്ടെരിക്കുകയും പോലീസുകാരെ വധിക്കുകയും ചെയ്തു. ഇതോടെ ഗാന്ധിജി നിസ്സഹകരണ പ്രസ്ഥാനം നിർത്തി. ബ്രിട്ടീഷുകാരാകട്ടെ 'യങ്ങ് ഇന്ത്യ' എന്ന മാസികയിൽ അദ്ദേഹം എഴുതിയ ലേഖനങ്ങളുടെ പേരിൽ രാജ്യദ്രോഹക്കുറ്റം ആരോപിച്ച് ആറു കൊല്ലത്തേക്ക് തടവിനുശിക്ഷിച്ചു. എന്നാൽ ആരോഗ്യസ്ഥിതി മോശമായപ്പോൾ രണ്ടു വർഷം കഴിഞ്ഞ് വിട്ടയച്ചു.

തുടർന്ന് ഇന്ത്യയൊട്ടാകെ അദ്ദേഹം സഞ്ചരിച്ചു. അയിത്ത

ത്തിനെതിരെ പല യോഗങ്ങളിലും പ്രസംഗിച്ചു. ഹിന്ദുമുസ്ലീം ഐക്യത്തിനായി ശ്രമിച്ചു. രാഷ്ട്രീയത്തടവുകാരെ മോചിപ്പിക്കുകയും യങ് ഇന്ത്യ പോലുള്ള പത്ര പ്രസിദ്ധീകരണങ്ങളുടെ മേലുള്ള നിരോധനങ്ങൾ പിൻവലിക്കുകയും ചെയ്തില്ലെങ്കിൽ നിയമലംഘന പരിപാടികളിൽ നികുതിനിഷേധം കൂടി ഉൾപ്പെടുത്തുമെന്ന് അദ്ദേഹം വൈസ്രോയി റീഡിങ്ങ് പ്രഭുവിന് അന്ത്യശാസനം നൽകി. ഗാന്ധിജിയുടെ മേൽ കോൺഗ്രസിന്റെ അദ്ധ്യക്ഷസ്ഥാനം ഏൽക്കാനായി സമ്മർദ്ദം ഏറി വന്നു. നൂൽനൂല്പ് ഒരു ആദ്ധ്യാത്മിക യാനമായി കണക്കാക്കി ഒരോ പ്രവർത്തകനും ഖദർ ധരിക്കണമെന്ന വ്യവസ്ഥയിൽ അദ്ദേഹം കോൺഗ്രസിന്റെ അദ്ധ്യക്ഷസ്ഥാനം വഹിക്കാൻ തയ്യാറായി.

നിയമലംഘന സമരം

ഒരൊറ്റ ഇന്ത്യാക്കാരൻ പോലും ഇല്ലാത്ത സൈമൺ കമ്മീഷൻ നിർദ്ദേശങ്ങളെ ബഹിഷ്കരിക്കാൻ അദ്ദേഹം ആഹ്വാനം ചെയ്തതനുസരിച്ച് നാടെങ്ങും പ്രക്ഷോഭം ഉയർന്നു. ലാലാ ലജ്പത് റായ് ഉൾപ്പെടെ പല പ്രമുഖരേയും ബ്രിട്ടീഷ് പട്ടാളം വകവരുത്തി. ഇതിനിടയിൽ ഭൂനികുതിയിലെ വർദ്ധനവിൽ പ്രതിഷേധിച്ച് ഗാന്ധി ബർദോളിയിൽ സത്യാഗ്രഹ സമരം ആരംഭിച്ചു. നാടൊട്ടുക്ക് ജൂൺ 12 ബർദോളി ദിനം ആചരിച്ചു.

സബർമതി ആശ്രമത്തിൽ 1930 ഫെബ്രുവരി 14 മുതൽ 16 വരെ ചേർന്ന അഖിലേന്ത്യാ കോൺഗ്രസ് പ്രവർത്തക സമിതി സിവിൽ നിയമ ലംഘന സമരം ആരംഭിക്കാൻ തീരുമാനമെടുത്തു. ഇതിന്റെ

ദണ്ഡി യാത്ര

നേതൃത്വം ഗാന്ധിയെയാണ് ഏല്പിച്ചത്. ഉപ്പ് ഉൽപ്പാദനത്തിൽ ബ്രിട്ടീഷ് ഭരണകൂടം ചുമത്തിയ കരത്തിനോട് പ്രതിഷേധിക്കാൻ 1930ൽ അദ്ദേഹം ഉപ്പുസത്യാഗ്രഹം സംഘടിപ്പിച്ചു. 78 അനുയായികൾക്കൊപ്പം മാർച്ച് 12ന് ഗാന്ധിജി അഹമ്മദാബാദിലെ സബർമതി ആശ്രമത്തിൽ നിന്ന് കാൽനടയായി തുടങ്ങിയ യാത്രക്കിടയിൽ ജനങ്ങൾ കൂടി ജാഥ കനത്തു. പലയിടങ്ങളിലും സ്വീകരണങ്ങൾ ഏറ്റുവാങ്ങിക്കൊണ്ട് ഏപ്രിൽ 5 ദണ്ഡി എന്ന തീരദേശഗ്രാമത്തിലെത്തി. അവിടെ കടപ്പുറത്ത് ഉപ്പുണ്ടാക്കി ഗാന്ധിയും അനുയായികളും നിയമം ലംഘിച്ചു. അതോടൊപ്പം ഇന്ത്യയിൽ എങ്ങും ആയിരക്കണക്കിനാളുകൾ പങ്കെടുത്ത നിയമലംഘന സമരങ്ങൾ അര!ങ്ങേറി. പലയിടങ്ങളിലും ലാത്തിച്ചാർജ്ജും വെടിവയ്പ്പുമുണ്ടായി. ലോകം മുഴുവനും ഉറ്റു നോക്കിക്കൊണ്ടിരുന്ന ഒരു സംഭവമായിരുന്നു അത്. ജാഥയെത്തുടർന്ന് ദണ്ഡി കടപ്പുറത്ത് അദ്ദേഹം സത്യാഗ്രഹം ഇരുന്നു. മേയ് 4ന് ഗാന്ധിയെ സത്യാഗ്രഹക്യാമ്പിൽ നിന്ന് അറസ്റ്റ് ചെയ്ത് ജയിലിലടച്ചു. ഇന്ത്യയൊട്ടാകെ പ്രതിഷേധം അലയടിച്ചു. ജൂലൈ 6ന് ഗാന്ധി ദിനം കൊണ്ടാടി. മുംബൈയിലും ഷോലാപൂരും തൊഴിലാളികൾ പണിമുടക്കി. 1931 ജനുവരി 25 അദ്ദേഹത്തെ മോചിതനാക്കി.

ഗാന്ധിജി ലണ്ടനിൽ വട്ടമേശ സമ്മേളനത്തിൽ പങ്കെടുക്കാൻ ഒരു പ്രഭാതത്തിൽ നടക്കുന്നു. അദ്ദേഹത്തിന്റെ വേഷവും നടത്തത്തിന്റെ വേഗതയും എങ്ങും ചർച്ച ചെയ്യപ്പെട്ടിരുന്നു

മാർച്ച് 5 –ന് ഇർവിൻ കരാർ അനുസരിച്ച് ഗാന്ധി നിയമലംഘന സമരം അവസാനിപ്പിച്ചു. ഇന്ത്യയ്ക്ക് അനുയോജ്യമായ ഭരണപരിഷ്കാരങ്ങളെക്കുറിച്ച് ചർച്ച ചെയ്യാൻ രണ്ടാം വട്ടമേശ സമ്മേളനത്തിൽ പങ്കെടുക്കാനായി കോൺഗ്രസ്സിന്റെ ഏക പ്രതിനിധിയായി ഗാന്ധിയെയാണ് തിരഞ്ഞെടുത്തത്. അദ്ദേഹം 1931 ഓഗസ്റ്റ് 29 ലണ്ടനിലേക്ക് തിരിച്ചു. എന്നാൽ വട്ടമേശ സമ്മേളനം ഒരു പരാജയമായിരുന്നു. സെപ്റ്റംബർ 1 –ന് അത് നിർത്തിവക്കപ്പെട്ടു. തിരിച്ചു നാട്ടിലെത്തിയ ഗാന്ധിജി സമര പ്രക്ഷോഭങ്ങൾ തുടർന്നു. താമസിയാതെ അദ്ദേഹം ജയിലിലായി. കോൺഗ്രസ്സ് രണ്ടാം നിയമലംഘന സമരം ആരംഭിച്ചു. ഇത്തവണ കസ്തൂർബായും സമരത്തിൽ സജീവം പങ്കെടുത്തു. കസ്തൂർബാ 1932 ജനുവരി 15ന് അറസ്റ്റ് വരിച്ചു.

മക്ഡോണൾഡിന്റെ വർഗീയ വിധിക്കെതിരെ 1932 സെപ്റ്റംബർ 21 ഗാന്ധി യെർവാദാ ജയിലിൽ അനിശ്ചിതകാല നിരാഹാരസമരം ആരംഭിച്ചു. അധഃസ്ഥിത ഹിന്ദു സമുദായങ്ങൾക്ക് വേണ്ടി പ്രത്യേക നിയോജകമണ്ഡലം എന്ന ആ വിധി ഇന്ത്യയിൽ ചേരിതിരിവ് ഉണ്ടാക്കുന്നതാണ് എന്നു കരുതിയ ഗാന്ധി, അതിനു പകരം പൊതു മണ്ഡലങ്ങളിൽ താഴ്ന്ന ജാതിക്കാർക്കായി സംവരണം ഏർപ്പെടുത്തുകയാണ് വേണ്ടത് എന്ന് വാദിച്ചു. ഒടുവിൽ അദ്ദേഹത്തിന്റെ നിലപട് അംഗീകാരിക്കപ്പെട്ടു. 1932 സെപ്റ്റംബർ 24 –ന് പൂനെ കരാർ എന്ന ഒത്തുതീർപ്പു വ്യവസ്ഥയുണ്ടാക്കി.

എന്നാൽ അദ്ദേഹം അപ്പോഴും ജയിൽമോചിതനായിരുന്നില്ല.1933 മേയ് 8 –ന് രണ്ടാം നിയമലംഘന സമരം താൽകാലികമായി നിർത്തിവച്ചു. ഹരിജൻ പ്രശ്നത്തിൻ പരിഹാരം കാണാൻ ഉപവാസസമരം ആരംഭിച്ചു. എന്നാൽ അന്ന് രാത്രി 9 മണിക്ക് അദ്ദേഹത്തെ ജയിലിൽ നിന്ന് മോചിതനാക്കി. എന്നാൽ ജയിലിനുപുറത്തും നിരാഹാരം തുടർന്ന ഗാന്ധി മേയ് 29 –ന് പൂണെയിൽ വച്ചാണ് നിരാഹാരം അവസാനിപ്പിച്ചത്. തുടർന്ന് അദ്ദേഹം വ്യക്തിഗത സിവിൽ നിയമലംഘനങ്ങൾ ആരംഭിക്കുകയും വീണ്ടും ജയിലിലടക്കപ്പെടുകയും (ജൂലൈ 31) ചെയ്തു. ആദ്യം സബർമതി ജയിലിലും പിന്നീട് യെർവാദാ ജയിലിലുമയിരുന്നു. ഓഗസ്റ്റ് 4 –ന് മോചിതനായെങ്കിലും വീണ്ടും നിയമലംഘനം ആരോപിച്ച് ഒരു വർഷത്തേക്ക് ജയിലിലടക്കപ്പെട്ടപ്പോൾ, ഹരിജനക്ഷേമപ്രവർത്തനങ്ങൾക്ക് അനുവാദം നൽകാത്തതിൽ പ്രതിഷേധിച്ച് ഓഗസ്റ്റ് 16 ന് ജയിലിൽ നിരാഹാരം ആരംഭിച്ചു . ആരോഗ്യനില വഷളായതിനാൽ ഓഗസ്റ്റ് 25–ന് വ്യവസ്ഥകൾ ഒന്നുമില്ലാതെ അദ്ദേഹം മോചിപ്പിക്കപ്പെട്ടു. പിന്നീട് അദ്ദേഹം ഹരിജനക്ഷേമപ്രവർത്തനങ്ങളിൽ മുഴുകി.

ഹരിജന ക്ഷേമഫണ്ട് പിരിക്കുവാനുള്ള യാത്രക്കിടയിൽ അദ്ദേഹം നാലാം വട്ടം 1934 ജനുവരി 10 -ന് കേരളത്തിൽ എത്തി. തലശ്ശേരി, വടകര, ചാലക്കുടി, തിരുവനന്തപുരം, കന്യാകുമാരി എന്നിങ്ങനെ നിരവധി സ്ഥലങ്ങളിൽ അദ്ദേഹം പ്രസംഗിച്ചു. ഈ സന്ദർശനത്തിനിടയിലാണ് വടകരയിൽ വച്ച് കൗമുദി എന്ന പെൺകുട്ടി തന്റെ ആഭരണങ്ങൾ ഗാന്ധിജിക്ക് സംഭാവന നൽകിയത്.

കോൺഗ്രസ് ഇതിനിടക്ക് കടുത്ത തീവ്രവാദികളായ പ്രവർത്തകരുടെ കയ്യിൽപ്പെട്ടിരുന്നു. സ്വയംഭരണത്തിൽകുറഞ്ഞ ഒന്നു കൊണ്ടും തൃപ്തിപ്പെടില്ല എന്നായിരുന്നു അവരുടെ നിലപാട്. എന്നാൽ ഗാന്ധി ഇതിനോട് യോജിച്ചില്ല. പൂർണ്ണ സ്വരാജിനുവേണ്ടി 'ന്യായവും സമാധാനപരവുമായ' എല്ലാ വ്യവസ്ഥകളും സ്വീകരിക്കും എന്ന കോൺഗ്രസ് നിബന്ധനയിലെ ഒന്നാം വകുപ്പ് 'കഴിയുന്നതും അക്രമരഹിതവും സത്യസന്ധവുമായ മാർഗങ്ങൾ' എന്ന് തിരുത്തി കോൺഗ്രസ് പ്രവർത്തക സമിതി യോഗം 1934 സെപ്റ്റംബർ 1-ന് പ്രമേയം അംഗീകരിച്ചതിനെത്തുടർന്ന് ഒക്ടോബർ 29ന് കോൺഗ്രസ് പാർട്ടി വിട്ടതായി ഗാന്ധി ഔദ്യോഗികമായി പ്രഖ്യാപിച്ചു. പാർട്ടി വിട്ടുവെങ്കിലും അദ്ദേഹത്തിന്റെ പങ്ക് സംഘടനാ നയരുപീകരണത്തിന് നിർണ്ണായകമായിരുന്നു.

വാർധായിലെ സേവാഗ്രാം ആശ്രമത്തിലേയ്ക്ക് 1936 ഏപ്രിൽ 20 -ന് അദ്ദേഹം താമസം മാറ്റി. ഗ്രാമീണ ജീവിത വികാസത്തിനാവശ്യമായ പദ്ധതികൾക്ക് സേവാഗ്രാം വഴികാട്ടിയായിത്തീർന്നു.

തിരുവിതാംകൂറിൽ ചിത്തിരതിരുനാൾ മഹാരാജാവ് 1936 നവംബർ 12 -ന് ക്ഷേത്രപ്രവേശന വിളംബരം പുറപ്പെടുവിച്ചപ്പോൾ ഗാന്ധി അതിനെ 'ആധുനികകാലത്തിന്റെ അത്ഭുതം' എന്നാണ് വിശേഷിപ്പിച്ചത്. ഈ വിളംബരത്തിന്റെ പശ്ചാത്തലത്തിലാണ് അദ്ദേഹം അഞ്ചാം വട്ടം കേരളത്തിൽ എത്തിയത്. അത് ഒരു തീർത്ഥാടനയാത്രയായാണ് അദ്ദേഹം വിശേഷിപ്പിച്ചത്.

1935 -ലെ ഇന്ത്യാ ഗവണ്മെൻറ് ആക്ട് 1937 ഏപ്രിൽ 1 -ന് നിലവിൽ വന്നു. അതിനെതിരായി കോൺഗ്രസ് ഹർത്താൽ ആചരിച്ചു. വൈസ്രോയി, ഗാന്ധിയുമായി ചർച്ച നടത്തിയെങ്കിലും പരാജയപ്പെട്ടു. ഒക്ടോബർ 22, 23 തിയ്യതികളിൽ വാർധയിൽ ചേർന്ന വിദ്യാഭ്യാസ സമ്മേളനത്തിൽ ഗാന്ധിയായിരുന്നു അദ്ധ്യക്ഷൻ. അദ്ദേഹം തന്റെ പുതിയ വിദ്യാഭ്യാസപദ്ധതി അവതരിപ്പിച്ചു. തൊഴിലധിഷ്ഠിതവും ഭാരതീയവുമായ പദ്ധതിയായിരുന്നു അത്. നയീ താലീം എന്നും ഇത് അറിയപ്പെടുന്നു. ഹരിപുര കോൺഗ്രസ് സമ്മേളനം ഇത് അംഗീകരിച്ചു. എന്നാൽ ഇതിനെ മുസ്ലീം ലീഗ് എതിർത്തിരുന്നു.

ക്വിറ്റ് ഇന്ത്യാ സമരം

ഇടക്കാല സർക്കാർ അനുവദിക്കുന്നില്ല എങ്കിൽ സിവിൽ നിയമ ലംഘനം ആരംഭിക്കാൻ 1940 മാർച്ച് 18 –ന് ബിഹാറിലെ രാംഗഢിൽ ചേർന്ന കോൺഗ്രസ്സ് സമ്മേളനം തീരുമാനിക്കുകയും അതിന്റെ നേതൃത്വം ഗാന്ധിജിയെ ഏൽപ്പിക്കുകയും ചെയ്തു. ഇതിനിടെ കോൺഗ്രസ് നിർബ്ബന്ധപൂർവം ഗാന്ധിജിയെ തിരികെ കൊണ്ടു വന്നിരുന്നു. ഇന്ത്യാക്കാരുടെ സമ്മതമില്ലാതെ ഇന്ത്യയെ രണ്ടാം ലോകമഹായുദ്ധത്തിൽ പങ്കാളിയാക്കിയതിൽ പ്രതീകാത്മകമായി പ്രതിഷേധിക്കാൻ അദ്ദേഹം വ്യക്തിഗതമായി തീരുമാനിച്ചു. 1942 മാർച്ചിൽ സർ സ്റ്റാഫോഡ് ക്രിപ്സ് ഇന്ത്യയിലെത്തുകയും ഗാന്ധിജിയുമായി ചർച്ച നടത്തുകയും ചെയ്തു. അതേ തുടർന്ന് ഇന്ത്യക്ക് ഡൊമീനിയൻ പദവി വാഗ്ദാനം ചെയ്യപ്പെട്ടു. എന്നാൽ പൂർണ്ണ സ്വരാജായിരുന്നു മിക്കവർക്കും വേണ്ടിയിരുന്നത്. അതിൽ കുറഞ്ഞതോന്നുകൊണ്ടും അവർ തൃപ്തരാകുമായിരുന്നില്ല. ഗാന്ധിജി ഏപ്രിലിൽ സർക്കാരിന് സമർപ്പിച്ച പ്രമേയം 1942 ഓഗസ്റ്റ് 8 –ന് അഖിലേന്ത്യാ കോൺഗ്രസ് സമിതി നിരാകരിക്കുകയും ജവഹർലാൽ നെഹ്രു തയ്യാറാക്കിയ കരട് അനുസരിച്ച് , 'ഓഗസ്റ്റ് പ്രമേയം' എന്ന പേരിൽ സുപ്രസിദ്ധ ക്വിറ്റ് ഇന്ത്യാ പ്രമേയം അവതരിപ്പിക്കുകയും ചെയ്തു. സമര നേതൃത്വം ഏറ്റെടുത്ത ഗാന്ധിജിയുടെ ചരിത്രപ്രസിദ്ധമായ പ്രസംഗമാണ് 'ഡു ഓർ ഡൈ' നമ്മൾ ഒരു സാമ്രാജ്യത്തെ എതിർക്കുകയാണ്. ഒന്നുകിൽ പ്രവർത്തിക്കുക, അല്ലെങ്കിൽ മരിക്കുക എന്നത്. ഗാന്ധിജിയുടെ ഈ ആശയം മറ്റുള്ളവർ സ്വീകരിച്ചെങ്കിലും കമ്യൂ

ണിസ്റ്റുകാർ എതിർത്തു. തീരുമാനം അനുസരിച്ച് പ്രക്ഷോഭം ആരംഭിച്ചതിനെതുടർന്ന് പലയിടങ്ങളിലും ജനങ്ങളും പോലീസും ഏറ്റുമുട്ടി. ഓഗസ്റ്റ് 9 –ന് ഗാന്ധിജിയെ അറസ്റ്റ് ചെയ്ത് പൂനെയിലെ ആഗാഖാൻ കൊട്ടാരത്തിൽ തടവിൽ പാർപ്പിച്ചു. കോൺഗ്രസ്സിനെ നിയമവിരുദ്ധസംഘടനയായി പ്രഖ്യാപിച്ചു. ഓരാഴ്ചക്കകം പ്രമുഖ നേതാക്കൾ എല്ലാം അറസ്റ്റിലായി. പതിനായിരങ്ങൾ തടവിലായി.

തടവുകാരെ മോചിപ്പിക്കുകയും മർദ്ദനനയം അവസാനിപ്പിക്കുകയും ചെയ്യണം എന്നാവശ്യപ്പെട്ട് ഗാന്ധിജി തടവിൽ നിരാഹാരം അരംഭിച്ചു. ഫെബ്രുവരി 10 –ന് ആരംഭിച്ച ഉപവാസം മാർച്ച് 3 വരെ നീണ്ടിട്ടും സർക്കാർ അനങ്ങിയില്ല. ഗാന്ധിജിയോടൊപ്പം തടവിലായിരുന്ന കസ്തൂർബാ അവിടെ വച്ച് 1944 ഫെബ്രുവരി 22 –ന് അന്തരിച്ചു. എന്നാൽ ആരോഗ്യസ്ഥിതി മോശമായതിനെ തുടർന്ന് മേയ് 6 –ന് മാത്രമാണ് ഗാന്ധിജിയെ മോചിപ്പിച്ചത്. അദ്ദേഹത്തിന്റെ അവസാനത്തെ ജയിൽവാസമായിരുന്നു അത്. ഇന്ത്യൻ തടവിൽ 2089 ദിവസവും (അഞ്ചു വർഷത്തിനു മേൽ) ദക്ഷിണാഫ്രിക്കയിൽ 249 ദിവസവും ഗാന്ധിജി കഴിഞ്ഞിട്ടുണ്ട്.

ഇന്ത്യയിലെ രാഷ്ട്രീയപ്രതിസന്ധി പരിഹരിക്കുന്നതിൻ അന്നത്തെ വൈസ്രോയി വേവൽ പ്രഭു ബ്രിട്ടിഷ് സർക്കാരിന്റെ അനുമതിയോടെ പ്രഖ്യാപിച്ച പദ്ധതിയെത്തുടർന്ന് തടവിൽ കഴിഞ്ഞിരുന്നവരെ 1945 –ൽ മോചിപ്പിച്ചു. ഇന്ത്യയുടെ സ്വാതന്ത്ര്യം ഏതാണ്ട് സുതാര്യമായിത്തുടങ്ങിയിരുന്നു. എന്നാൽ മുഹമ്മദ് അലി ജിന്നയുടെ നേതൃത്വത്തിൽ ഒരു വിഭാഗം മുസ്ലിങ്ങൾക്കായി പാകിസ്താൻ എന്ന പേരിൽ പ്രത്യേക രാഷ്ട്രം വേണമെന്ന് ശഠിച്ചു. ഹിന്ദുക്കളും മുസ്‌ലീങ്ങളും സ്വതന്ത്ര ഭാരതത്തിൽ സമാധാനത്തോടെ സഹവസിക്കണം എന്നാഗ്രഹിച്ച ഗാന്ധിജി ഭാരതത്തിന്റെ വിഭജനത്തെ എതിർത്തു. പുതിയപദ്ധതിയെക്കുറിച്ച് ചർച്ച ചെയ്യാൻ വൈസ്രോയി സിംലയിൽ സർവ്വ കക്ഷി യോഗം വിളിച്ചു കൂട്ടിയപ്പോൾ നിരീക്ഷകനായി ഗാന്ധിജിയും പങ്കെടുത്തു. വിഭജനവാദത്തിൽ ഉറച്ച ജിന്നയുടെ നിലപാടു കാരണം ചർച്ച പരാജയപ്പെട്ടതായി വൈസ്രോയി പ്രഖ്യാപിച്ചു. ഇടക്കാല സർക്കാർ രൂപവത്കരണത്തിൽ ചേരേണ്ടതില്ല എന്ന് മുസ്ലീം ലീഗും ജിന്നയും തീരുമാനിച്ചു. അവർ 1946 ഓഗസ്റ്റ് 16 ന് പ്രത്യക്ഷമായ സമരപരിപാടികൾ ആരംഭിച്ചു. കൊൽക്കത്തയിൽ സമരത്തിനിടെ അയ്യായിരത്തോളം പേർ കൊല്ലപ്പെട്ടു. 15,000ത്തോളം പേർക്ക് പരിക്കേറ്റു. ജിന്ന പിന്നീട് താൽക്കാലിക സർക്കാരിലേയ്ക്ക് നാലു പേരെ നാമനിർദ്ദേശം ചെയ്തു.

വർഗ്ഗിയ ലഹള അപ്പോഴേക്കും പടർന്നു പിടിച്ചിരുന്നു. കിഴക്കൻ ബംഗാളിലെ നോഖാലിയിലും തിയ്യറയിലും ലഹളകൾ രൂക്ഷമായി.

ഗാന്ധിജി ശാന്തി സന്ദേശവുമായി 49 ഗ്രാമങ്ങളിലൂടെ നഗ്നപാദനായി സഞ്ചരിച്ചു. തുടർന്ന് ബീഹാറിലെത്തി. അവിടെയും അദ്ദേഹം ശാന്തി സന്ദേശം പ്രചരിപ്പിച്ചു. വിഭജനത്തോടെ ഇന്ത്യ 1947 ഓഗസ്റ്റ് 15ന് സ്വതന്ത്രയായി.

കേരളത്തിൽ

നിസ്സഹകരണ പ്രസ്ഥാനം ഖിലാഫത്ത് സമിതി അംഗീകരിച്ച ശേഷം ഷൗക്കത്തലിയുമായി ഇന്ത്യമുഴുവൻ സഞ്ചരിക്കുന്നതിനിടക്കാണ് ഗാന്ധി ആദ്യം കേരളം സന്ദർശിച്ചത്. 1920 ഓഗസ്റ്റ് 18 ന് അദ്ദേഹം കോഴിക്കോട് കടപ്പുറത്ത് നടന്ന യോഗത്തിൽ പ്രസംഗിച്ചു. അടുത്ത സന്ദർശനം വൈക്കം സത്യാഗ്രഹത്തോടനുബന്ധിച്ച് ആയിരുന്നു. 1924 മാർച്ച് 30 -ന് ആരംഭിച്ച ആ സത്യാഗ്രഹം ഗാന്ധിയുടെ നിർദ്ദേശപ്രകാരം തൽകാലത്തേക്ക് നിർത്തി വച്ചു. അദ്ദേഹം സവർണ്ണ ഹിന്ദുക്കളുമായി ചർച്ച നടത്തിയെങ്കിലും ഫലം ആശാവഹമല്ലാത്തതിനെത്തുടർന്ന് ഏപ്രിൽ 7-ന് സത്യാഗ്രഹം പുനരാരംഭിച്ചു. ഗാന്ധിയുടെ നിർദ്ദേശപ്രകാരം നടത്തിയ അവർണ്ണ ജാഥ നവംബർ 13ന് തിരുവനന്തപുരം നഗരത്തെ പിടിച്ചു കുലുക്കി.

തുടർന്ന് 1925 മാർച്ച് 8 -ന് ഗാന്ധി വീണ്ടും കേരളത്തിൽ എത്തി. അദ്ദേഹം എറണാകുളം വഴി മാർച്ച് 10 -ന് വൈക്കത്ത് എത്തി സത്യാഗ്രഹികളോടൊത്ത് പ്രഭാതഭജനയിൽ പങ്കെടുത്തു. പിന്നീട് തിരുവിതാംകൂർ പോലീസ് കമ്മീഷണർ പീറ്റുമായി ചർച്ച നടത്തി. 13 -ന് വർക്കല കൊട്ടാരത്തിൽ എത്തി തിരുവിതാംകൂർ റീജൻറ് റാണീ സേതുലക്ഷ്മി ബായിയുമായും ദിവാനുമായും ചർച്ച നടത്തി. ഇതിന്റെ ഫലമായി സത്യാഗ്രഹ സ്ഥലത്തെ പോലീസ് ഇടപെടൽ അവസാനിച്ചു. നവംബർ 23 -ന് വൈക്കം ക്ഷേത്ര നിരത്തുകൾ പൊതുജനങ്ങൾ എല്ലാവർക്കുമായി തുറന്നുകൊടുത്തു. അദ്ദേഹം ബാലനായ ചിത്തിര തിരുനാൾ, കൊച്ചി മഹാരാജാവ് എന്നിവരേയും സന്ദർശിച്ച് മാർച്ച് 19 -ന് പാലക്കാടു വഴി മടങ്ങി. ഈ വരവിൽ അദ്ദേഹം കേരളത്തിന്റെ വിവിധ ഭാഗങ്ങളിൽ പ്രസംഗിച്ചു. ചാലക്കുടി, കൊച്ചി, വർക്കല എന്നിവിടങ്ങളിൽ അദ്ദേഹം യോഗം നടത്തി. മാർച്ച് 12 -ന് ശ്രീ നാരായണഗുരു, കെ. കേളപ്പൻ എന്നീ കേരള നേതാക്കളെ അദ്ദേഹം സന്ദർശിച്ചു. ശ്രീ നാരായണഗുരുവിനെ സന്ദർശിച്ച ശേഷം ആണ് അദ്ദേഹം അവർണ്ണരുടെ ഉന്നമനത്തിനായി പ്രവർത്തിക്കാൻ തീരുമാനിച്ചത്. ദളിതന്മാരെ ഹരിജനങ്ങൾ എന്നാണ് അദ്ദേഹം സംബോധന ചെയ്തിരുന്നത്.

ഗാന്ധിജി മൂന്നാമതും കേരളത്തിലെത്തുന്നത് തിരുവാർപ്പ് ക്ഷേത്ര നിരത്തുകളിൽ അയിത്തജാതിക്കാരെ വഴിനടക്കാൻ അ

നുവദിക്കുന്നതിനായി തിരുവിതാംകൂർ രാജാവിനേയും റാണിയേയും കണ്ട് ചർച്ച നടത്താനാണ്. 1927 ഒക്ടോബർ 9 -നു അവരുമായി സംസാരിച്ചശേഷം അദ്ദേഹം പാലാക്കാട്ട് കാമകോടി ശങ്കരാചാര്യരുമായും ചർച്ച നടത്തി. കോഴിക്കോട് സമ്മേളനത്തിൽ വച്ച് 'അന്ത്യജനോദ്ധാരണ സംഘം' എന്ന സംഘടനക്ക് രൂപം നൽകി. പാലക്കാട്ടും കോഴിക്കോട്ടും അദ്ദേഹം പ്രസംഗിച്ചു.

ഗാന്ധിജി നാലാമത് കേരളത്തിലെത്തുന്നത് 1934 ൽ ജനുവരി 10 മുതൽ 22വരെ ആണ്. ഹരിജൻ ഫണ്ട് ശേഖരണാർത്ഥം ആയിരുന്നു അദ്ദേഹം കേരളത്തിൽ എത്തിയത്. ഈ സന്ദർശനത്തിനിടയിൽ ആണ് 'കൗമുദി' എന്ന പെൺകുട്ടി വടകരയിൽ വച്ച് തന്റെ ആഭരണങ്ങൾ ഗാന്ധിജിയ്ക്ക് സംഭാവന നൽകിയത്.

ഗാന്ധിജി അഞ്ചാമതായി (അവസാനമായി) കേരളം സന്ദർശിക്കുന്നത് 1937 ൽ ജനുവരി 12 മുതൽ 21വരെ ആണ്. ഇത് ക്ഷേത്രപ്രവേശന വിളംബരത്തിന്റെ പശ്ചാത്തലത്തിലായിരുന്നു.

അവസാനകാലം

ഗാന്ധിയുടെ ജീവിതത്തിന്റെ അവസാനകാലം പൊതുവേ ദുഃഖഭരിതമായിരുന്നു. അദ്ദേഹം വെറുത്തിരുന്ന ഇന്ത്യാവിഭജനം അതിന്റെ പ്രധാന കാരണവുമായിരുന്നു. കസ്തൂർബായുടെ വിയോഗവും അദ്ദേഹത്തെ ദുഃഖിതനാക്കി.

അദ്ദേഹം അനേകം പ്രാർത്ഥനാ യോഗങ്ങളിൽ പങ്കെടുത്തു. 1947 ഓഗസ്റ്റ് 15 -ന് ഇന്ത്യ സ്വാതന്ത്ര്യം ആഘോഷിച്ചപ്പോൾ ഗാന്ധിജി കൽക്കത്തയിൽ ഭാരതവിഭജനത്തിൽ ദുഃഖിതനായി കഴിഞ്ഞു. പശ്ചിമപാകിസ്താനിൽ നിന്ന് നിരവധി ഹിന്ദുക്കളും സിഖുകാരും അഭയാർത്ഥികളായെത്തി. സെപ്റ്റംബർ 4 -ന് ഡൽഹിയിലും വർഗീയലഹള ആരംഭിച്ചു. 1948 ജനുവരിയിലും ഇതേപോലെ ലഹള ഉണ്ടായി. സമാധാനത്തിനായി അദ്ദേഹം ഡൽഹിയിൽ ജനുവരി 13 -ന് നിരാഹാരസമരം ആരംഭിച്ചു. സമുദായനേതാക്കളും ലഹളക്ക് നേതൃത്വം കൊടുത്തവരും ഒത്തുതീർപ്പിന് തയ്യാറായപ്പോൾ അദ്ദേഹം നിരാഹാരം അവസാനിപ്പിച്ചു.

1948 ജനുവരി 30 -ന് വെള്ളിയാഴ്ച വൈകുന്നേരം 5.17 -ന് ഡൽഹിയിലെ ബിർളാ മന്ദിരത്തിൽ ഒരു പ്രാർത്ഥനാ യോഗത്തിൽ പങ്കെടുക്കവേ ഹിന്ദു മഹാസഭ പ്രവർത്തകനായ നാഥുറാം ഗോഡ്സേ എന്ന ഹിന്ദു മതഭ്രാന്തന്റെ വെടിയേറ്റ് അദ്ദേഹം മരണമടഞ്ഞു.